വയൽജീവി

vayaljeevi
poems
•
jayanan
•
first edition
february 2018
•
typesetting & published
chintha publishers, thiruvananthapuram
•
cover
midas
•
illustration
sarathchandra lal

വിതരണം
ദേശാഭിമാനി ബുക്ക് ഹൗസ്
H O തിരുവനന്തപുരം-695 035
phone: 0471-2303026, 6063026
www.chinthapublishers.com
chinthapublishers@gmail.com

ബ്രാഞ്ചുകൾ
ഹെഡ്ഓഫീസ് ബ്രാഞ്ച് കുന്നുകുഴി • സ്റ്റാച്യു തിരുവനന്തപുരം • കെ എസ് ആർ ടി സി ബസ് സ്റ്റേഷൻ ആലപ്പുഴ • കെ എസ് ആർ ടി സി ബസ് സ്റ്റേഷൻ എറണാകുളം • മച്ചിങ്ങൽ ലെയ്ൻ തൃശൂർ • ഐ ജി റോഡ് കോഴിക്കോട് • മാവൂർ റോഡ് കോഴിക്കോട് • എൻ ജി ഒ യൂണിയൻ ബിൽഡിങ് കണ്ണൂർ • സെൻട്രൽ ബസ് ടെർമിനൽ കോംപ്ലക്സ് താവക്കര കണ്ണൂർ

CO - 2822 / 4556
ISBN - 978-93-86637-93-2

വയൽജീവി

(കവിത)

ജയനൻ

ചിന്ത പബ്ലിഷേഴ്സ്
തിരുവനന്തപുരം-695 035

ജയനൻ

1966 ജൂണിൽ ജനനം.

സാൽവേഷൻ ആർമി ലോവർ പ്രൈമറി കാക്കാമൂല, സെന്റ് ജോസഫ് അപ്പർ പ്രൈമറി വെണ്ണിയൂർ, ബോയ്സ് ഹൈ സ്കൂൾ വെങ്ങാനൂർ, യൂണിവേഴ്സിറ്റി കോളേജ് എന്നിവിടങ്ങളിൽ വിദ്യാഭ്യാസം. 1989 ൽ *അക്ഷരശ്ലോകം* കവിതാ മാസികയിൽ ആർട്ടിസ്റ്റ് നമ്പൂതിരിയുടെ ചിത്രത്തോടൊപ്പം ആദ്യ കവിത പ്രസിദ്ധീകരിച്ചു. *ബുദ്ധപൂർണ്ണിമ* (ആദ്യ കവിതാസമാഹാരം), *സർപ്പസീൽക്കാരത്തിന്റെ പൊരുൾ, കരിന്തണൽ* (കവിതാസമാഹാരം) എന്നിവയാണ് കൃതികൾ. ഇപ്പോൾ പഞ്ചായത്ത് സെക്രട്ടറിയായി ജോലി നോക്കുന്നു.

ഭാര്യ : എസ് കെ ഭുവനേശ്വരി.
മക്കൾ : നന്ദു, ഇന്ദു.

വിലാസം : 'കാർത്തിക'
കാക്കാമൂല, കല്ലിയൂർ പി ഒ
തിരുവനന്തപുരം - 695042.
ഫോൺ : 0471 2402036, 9539536541
e-mail : jayanankarthika@gmail.com

ഉള്ളടക്കം

പ്രസാധകക്കുറിപ്പ്

രാഷ്ട്രീയ സ്വരങ്ങളുടെ മുഴക്കങ്ങൾ നിറഞ്ഞ കവിതകളാണ് ജയനന്റേത്. *കരിന്തണൽ* എന്ന അദ്ദേഹത്തിന്റെ കാവ്യസമാഹാരവും ചിന്തയാണ് പ്രസിദ്ധീകരിച്ചത്. തൊഴിലാളിവർഗ്ഗത്തോടും കീഴാള മനുഷ്യരോടുമുള്ള ഐക്യദാർഢ്യത്തെ സർഗ്ഗാത്മകമായി അടയാളപ്പെടുത്തുന്നതാണ് ജയനന്റെ കവിതകൾ. ഒരു നാട്ടുമനുഷ്യന്റെ മണ്ണിന്റെ മണമുള്ള ഈ കവിതകൾ സ്വീകരിക്കപ്പെടുമെന്ന് ഞങ്ങൾക്ക് വിശ്വാസമുണ്ട്.

ചിന്ത പബ്ലിഷേഴ്സ്

സമർപ്പണം

കമ്യൂണിസ്റ്റ് ദാർശനികൻ സ. പി ഗോവിന്ദപ്പിള്ള സാറിന്റെ പാവന സ്മരണയ്ക്കുമുന്നിൽ *വയൽജീവി* സമർപ്പിക്കുന്നു.

അവതാരിക

കീഴാള ആധുനികതയുടെ കാവ്യലോകം

പി പി സത്യൻ

ആധുനികത എന്നത് ഏകവചനമായി മാത്രമേ നമ്മുടെ ധൈഷണിക മേഖലകളിൽ മുഴങ്ങിക്കേൾക്കാറുള്ളൂ. മുഖ്യധാരാ- വരേണ്യ-ആധുനികതയ്ക്കു ബദലായി ചരിത്രത്തിൽ പ്രക്ഷുബ്ധമായൊഴുകുന്ന കീഴാളവർഗ്ഗങ്ങളുടെ സർഗ്ഗധാര, കീഴാള ആധുനികത (Subaltern Modernism) യാണെന്ന് തിരിച്ചറിയേണ്ടത് കീഴാളരുടെ സർഗ്ഗാത്മക കർത്തൃത്വത്തെ സ്ഥാപിച്ചെടുക്കുന്നതിന് അനിവാര്യമാണ്. യഥാർത്ഥത്തിൽ കീഴാള ആധുനികതയും വരേണ്യആധുനികതയും തമ്മിലുള്ള തീവ്രസംഘർഷങ്ങളുടെ ചരിത്രമാണ് നാളിന്നുവരെയുള്ള സർഗ്ഗാത്മകതയുടെ ചരിത്രം. കവിതയും ഇതിൽനിന്നു വിഭിന്നമല്ല. പ്രശസ്തകവിയായ ജയനന്റെ *വയൽജീവി* എന്ന കവിതാസമാഹാരം വായിക്കപ്പെടേണ്ടത് ഈയൊരു ദാർശനിക സന്ദർഭത്തിലാണ്. ഭാവസ്ഫുലിംഗങ്ങളാൽ ഹർഷാതിശയിയായ കാവ്യസഞ്ചാരമാണ് ഇവിടെ ജയനൻ നടത്തുന്നത്. ഒരു നദിക്ക് ഒരിക്കലും അതിന്റെ പ്രഭവത്തിലേക്ക് തിരിഞ്ഞൊഴുകാൻ പറ്റില്ല. ഒരു പക്ഷിക്കും ചിറകുകളില്ലാതെ പറക്കാനുമാവില്ല. പക്ഷേ, പ്രതിഭാശാലിയായ മനുഷ്യന് ഇതു രണ്ടും സാദ്ധ്യമാവുന്നു. ഭാവനയുടെ പ്രയാണവേഗമാണ് അതു സാദ്ധ്യമാക്കുന്നത്. കൊടുങ്കാറ്റടിക്കുന്ന കൊടുംകാട്ടിലൂടെ ഒരു തീപ്പന്തം കെടാതെ കൊണ്ടുപോവുന്ന ജാഗ്രതയാണ് സംഘർഷ തീവ്രമായ വർത്തമാന ലോകത്തിൽ ശക്തമായ കവിതകൾ രചിക്കുകയെന്നത്. 'കാവ്യസ്യ ആത്മ ധ്വനി' എന്നാണ് *ധ്വന്യാലോകത്തിൽ* ആനന്ദവർദ്ധനൻ പറഞ്ഞിരിക്കുന്നത്. എന്നാൽ പുതിയ കവിതകൾ ധ്വനിയെ തന്നെ പ്രശ്നവല്ക്കരിക്കുന്നു. വാക്കുകൾക്കുള്ളിലെ അർത്ഥങ്ങൾ എന്ന സങ്കല്പം അകം പുറം മറിയുകയും വാക്കുകൾ തന്നെ അർത്ഥങ്ങളാവുകയും അർത്ഥങ്ങൾ വാക്കുകളായി

പുനരുല്പാദിപ്പിക്കപ്പെടുകയും ചെയ്യുന്നു. ഭാഷ ഉണ്മയുടെ ഭവനമാണെന്ന ആശയമാണിത്.

*വയൽജീവി*യെന്ന കവിതാ സമാഹാരത്തിലെ കവിതകൾ നമ്മുടെ ലബ്ധ പ്രതിഷ്ഠമായ മാനവിക സങ്കല്പങ്ങളിൽനിന്നുള്ള തീക്ഷ്ണമായ വിച്ഛേദമാണ്. കാല്പനികഭാവനയുടെ മൈനാക ശൃംഗത്തിലിരുന്നുള്ള ജീവിതക്കാഴ്ചയല്ല. പണിയാളരുടെ ചോരയും വിയർപ്പും കണ്ണീരും ഘനീഭവിച്ച പുതിയ *കണ്ണീർപ്പാടങ്ങളിൽ*നിന്നുള്ള ജീവിതവിചാരണയാണ് ജയനൻ നടത്തുന്നത്. ഋഷിയല്ലാത്തവൻ കവിയല്ല എന്നല്ല കവിയല്ലാത്തവൻ ഋഷിയല്ല എന്നു തിരുത്തിപ്പറയുന്ന കവി ദർശനത്തിന്റെ വെളിപാടുകളാണ് ഈ കാവ്യസമാഹാരത്തിലെ ഓരോ കവിതയും.

"പട്ടമരത്തിൻ പോടിലിരുന്നൊരു
കുരുടൻ മൂങ്ങ വിളിച്ചു പറഞ്ഞു:
പറഞ്ഞുതുലയ്ക്കൂ പകലിൻ ചൂരുകൾ
രാത്രി വിശേഷം ഞാനും പറയാം....."

പക്ഷികൾക്കിടയിലെ സോക്രട്ടീസാണ് മൂങ്ങ. അതുകൊണ്ടു തന്നെയാണ് മൂങ്ങ അപ:ശകുനപക്ഷിയായി മാറിയത്. മനുഷ്യനും മറ്റു പക്ഷികൾക്കും കാണാനാവാത്തത് കാണുന്നതുകൊണ്ടാണ് മൂങ്ങ 'കുരുടൻപക്ഷി' യായതും. കാടിനെ പേടിക്കുന്ന മനുഷ്യരുടെ ഈ പൗരാണിക ഭയം തന്നെയാണ് കാട് ചുട്ടെരിക്കുന്നതെന്നും മൂങ്ങയുടെ ദൃക്സാക്ഷ്യങ്ങൾ കാതുകോർക്കേണ്ടതുണ്ടെന്നും കവി വ്യക്തമാക്കുന്നു.

പണിയാളരുടെ പഴമ്പാട്ടിന്റെ താളവും ഈണവും നാട്ടുമൊഴികളുടെ സമൃദ്ധിയും നാടോടിവാങ്മയബിംബങ്ങളുടെ ചാരുതയും കൊണ്ട് സവിശേഷമായ ഒരു കാവ്യപ്രപഞ്ചം സൃഷ്ടിക്കുന്നതിൽ ജയനൻ കൈവരിക്കുന്ന വിജയത്തിന്റെ മികച്ച ഉദാഹരണമാണ് 'വയൽ വരമ്പിൽ കൊച്ചുരാമൻ' എന്ന കവിത. ധാന്യമണികളിൽനിന്നും വിത്തുകളിലേക്കും പൂവിൽനിന്നും വേരിലേക്കും വയൽപ്പച്ചയിൽനിന്നും വയൽജീവികളിലേക്കും കിണറിൽനിന്നും കിണറിന്റെ ഉറവയിലേക്കും.......... അങ്ങനെ ആധാരങ്ങളിലേക്കുള്ള പ്രയാണവും അന്വേഷണവുമാണ് 'വയൽജീവി' യെന്ന കവിത. ക്ലാവുപിടിച്ച സൈദ്ധാന്തികതയെയും മുഖ്യധാരാ യുക്തികളെയും നിഷേധിച്ചുകൊണ്ട് അദ്ധ്വാനത്തിന്റെ സർഗ്ഗാത്മകമായ അറിവുകളെ വീണ്ടെടുക്കുന്ന കവിതയാണിത്. മനുഷ്യകേന്ദ്രിതമായ തത്ത്വദർശനത്തിൽനിന്നും അനന്തമായ പ്രപഞ്ചത്തെ വിഭാവന ചെയ്യുന്ന വിപ്ലവകരമായ ഒരു അദ്വൈതദർശനത്തിന്റെ നിറവാർന്ന ആവിഷ്കാരങ്ങളാണ് ജയനന്റെ കവിതകൾ. 'കാടും പടലും വെണ്ണീറാക്കി കനകക്കതിരിനു വളമേകി'യ മുഖ്യധാരാ ആധുനികതയിൽനിന്നുള്ള സർഗ്ഗാത്മകമായ പ്രതിഗമനമാണ് ജയനൻ നടത്തുന്നത്. അരുണിമയാർന്ന ഭാവശിഖകൾ വിളയുന്ന വയലാണ് ജയനന്റെ ഈ കാവ്യസമാഹാരം.

സൂക്ഷ്മജീവികളുടെയും പക്ഷികളുടെയും ഭാഷ വശമുള്ള കവിയുടെ മനക്കാമ്പ് സ്പന്ദിക്കുന്നത് നമ്മളിവിടെ കാണുന്നു.

ബുദ്ധ പൂർണ്ണിമ, സർപ്പസീൽക്കാരത്തിന്റെ പൊരുൾ, കരിന്തണൽ തുടങ്ങിയ മികച്ച കവിതാസമാഹാരങ്ങളിലൂടെ പ്രസിദ്ധനായ കവിയാണ് ജയനൻ. കടമ്മനിട്ട രാമകൃഷ്ണൻ, നിത്യചൈതന്യയതി, പെരുമ്പടവം ശ്രീധരൻ തുടങ്ങിയ പ്രഗത്ഭരുടെ പ്രശംസ നേടിയ ബുദ്ധപൗർണ്ണമിയുടെ ഒന്നിലേറെ പതിപ്പുകൾ ഈ കവിയുടെ പ്രതിഭയെ മലയാളികൾ എങ്ങനെ സ്വീകരിച്ചുവെന്നതിന്റെ ദൃഷ്ടാന്തമാണ്. ഭരണകൂടത്തിന്റെയും ഭരണാധികാരികളുടെയും അധിനിവേശത്തെയും വ്യവസായവല്ക്കരണത്തിന്റെ ദുരന്തഗ്രസ്തമായ പ്രത്യാഘാതങ്ങളെയും രൂക്ഷമായി വിമർശിക്കുന്ന കവിയാണ് ജയനൻ. ഇക്കാര്യം 'കവിതകളുടെ പ്രക്ഷുബ്ധസൗന്ദര്യം' എന്ന ശീർഷകത്തിൽ എഴുതിയ *കരിന്തണലി*ന്റെ അവതാരികയിൽ പി ഗോവിന്ദപ്പിള്ള സൂചിപ്പിക്കുന്നുണ്ട്.

*സർപ്പസീൽക്കാരത്തിന്റെ പൊരുളി*ന് അവതാരികയെഴുതിയത് കവി ഒ എൻ വി കുറുപ്പാണ്. പ്രസ്തുത അവതാരികയിൽ കവിയുടെ ഇമേജുകൾ സൃഷ്ടിക്കാനുള്ള പ്രതിഭാവിലാസത്തെ ഒ എൻ വി അഭിനന്ദിക്കുന്നു. കവിതയിലെ ഇമേജറി നിശ്ചലമായ ബിംബശിഖകളല്ല. അത് നിരന്തരം ചലിച്ചുകൊണ്ടിരിക്കുന്ന ഒരു സൗന്ദര്യാത്മക പ്രക്രിയയാണ്. ഈ സൗന്ദര്യാത്മകത കവിതയുടെ ദാർശനിക പ്രഭാവം തന്നെയാണ്. പ്രപഞ്ചത്തിലെ സൂക്ഷ്മവും സ്ഥൂലവുമായ ജീവികളും വസ്തുക്കളുമെല്ലാം ഓരോ നിലയിൽ സൗഭഗമാർന്ന ശില്പങ്ങൾ തന്നെയാണെന്ന് സെൻ ബുദ്ധിസ്റ്റുകൾ പറയുന്നതിന്റെ പൊരുൾ അതാണ്. വിശ്വപ്രസിദ്ധ ഫ്രഞ്ച് ദാർശനികനായ ദെലേസ് ചലിച്ചുകൊണ്ടിരിക്കുന്ന ഇമേജുകൾ സിനിമയെ കലാതിവർത്തിയായ ഒരു കലയാക്കി മാറ്റുന്നതെങ്ങനെയെന്ന് വിശദീകരിക്കുന്നത് ജയനന്റെ കവിതാവായനയിൽ പ്രസക്തമാവുന്നുണ്ട്.

മലയാളസാഹിത്യത്തിൽ ലബ്ധപ്രതിഷ്ഠരായ ആധുനിക കവികളുടെ ഇമേജറിയിൽനിന്നും വ്യത്യസ്തമാണ് *വയൽജീവി*യിലെ ഇമേജറി. സെൻബുദ്ധിസ്റ്റുകൾ നിരീക്ഷിച്ചതിൽനിന്നും അല്പം വ്യതിചലിച്ച് നിരന്തരം രൂപംമാറുന്നതും വിപരിണാമ (Metamorphosis) ത്തിനു വിധേയമാവുന്നതുമായ ശില്പങ്ങളാണ് *വയൽജീവി*യിലെ കവിതകളെ അന്യൂനമാക്കുന്നത്. അപകേന്ദ്രമായ ഇമേജറിയാണ് ഇതിന്റെ മുഖ്യസ്വഭാവസവിശേഷത. വിശ്വപ്രസിദ്ധകവിയായ ഒക്ടോവിയോ പാസ് (Octovio Paz) പറയുന്നത് ഇങ്ങനെയാണ്;

"There is Poetry is prose as trees in forest"(വനത്തിൽ വൃക്ഷങ്ങളെന്നപോൽ ഗദ്യത്തിൽ കവിതയിരിപ്പൂ) ജയനന്റെ ഗദ്യനിബദ്ധമായ കവിത ജീവിതത്തിലെ അമൂർത്ത സത്യങ്ങളെ മൂർത്ത സത്യമാക്കുന്നു. വിഖ്യാത മാർക്സിസ്റ്റ് സൗന്ദര്യശാസ്ത്രചിന്തകനായ ടെറി ഈഗിൾടൺ ചൂണ്ടിക്കാണിക്കുന്നത് ഇവിടെ ശ്രദ്ധേയമാണ്. "മൂർത്തതയെ അമൂർത്തവല്ക്കരിച്ച് മൂർത്ത യാഥാർത്ഥ്യത്തിന്റെ വിസ്തൃതിയും സത്തയും അനു

ഭവവേദ്യമാക്കാനുള്ള കഴിവാണ് കവിതയെ കവിതയാക്കുന്നത്." മൂർത്ത യാഥാർത്ഥ്യങ്ങളെ അമൂർത്തവല്ക്കരിക്കുമ്പോൾ മാത്രമേ അത് കാവ്യ വിഷയമാവുകയുള്ളൂ. കാരണം ഒരു മൂർത്ത യാഥാർത്ഥ്യം അമൂർത്ത വല്ക്കരിക്കപ്പെടുന്നതിലൂടെ അത് സൗന്ദര്യമുള്ള ഒരു പുതു ശരീരമായി മാറുന്നു. സൂക്ഷ്മതയിൽനിന്നും അത് സ്ഥൂലമാവുന്നു. (സിനിമയിലെ ക്ലോസ് അപ് പോലെ) പക്ഷേ, കവിതയിലെ അമൂർത്തവല്ക്കരണം ബാഹ്യരൂപങ്ങളുടെ സ്ഥൂലതയിലല്ല, മറിച്ച് ആന്തരിക ഭാവങ്ങളുടെ പ്രകാശനത്തിലാണ് സാക്ഷാൽക്കരിക്കപ്പെടുന്നത്. ഇവിടെ അമൂർത്തത പരോക്ഷ യാഥാർത്ഥ്യ (Virtual Reality) ആയി മാറുന്നു.

തവളയും തത്തയും ആമയും നീർക്കോലിയും മാനത്തുകണ്ണികളും പുള്ളും ചിത്തിരയും ഇരട്ടവാലിയും ഉപ്പനും പനന്തത്തയും സസുഖം വാഴുന്ന ജയനന്റെ ആവാസലോകത്തിന്റെ സംഗീതം ഈ ജീവിവർഗ്ഗ ങ്ങളുടെ വർഗ്ഗരഹിത പാരസ്പര്യമാണ്. വയൽ വരമ്പിലിരുന്ന് സഹതാ പപൂർവ്വം ജീവപ്രപഞ്ചത്തെ നിരീക്ഷിക്കുന്ന ആധുനികതയുടെ പതിവു ശീലുകളെ വിട്ട് വയലിൽ ചേറിലാണ്ടുയർന്നുവരുന്ന പണിയാളന്റെ പുതിയ ലുത്തിനിയകളാണ് ഈ കാവ്യസമാഹാരം.

ജയനന്റെ വയൽ കണ്ണീരും തണ്ണീരും വറ്റിപ്പോയ (വറ്റിച്ച) പാടങ്ങ ളാണ്. പ്രകൃതിക്ഷോഭമല്ല, ഭരണകൂടത്തിന്റെ ജനവിരുദ്ധതയാണ് പാട ങ്ങളെ നശിപ്പിച്ചത്. നൂറ്റാണ്ടുകളുടെ ചരിത്രമുള്ള ജന്മിത്വാധിനിവേശവും കോർപ്പറേറ്റ് മുതലാളിത്തവും ഒത്തുചേർന്നാണ് കീഴാളജനതയുടെ ജീവിതത്തെ നരകക്കയത്തിലേക്ക് വലിച്ചെറിഞ്ഞത്. അദ്ധ്വാനിക്കുന്ന കീഴാളജനതയുടെ ആവാസമണ്ഡലമാണ്, പരിസ്ഥിതിയെന്ന അഗാധവും സമഗ്രവുമായ പരിസ്ഥിതി ദർശനമാണ് ജയനന്റെ കവിതകളെ അനുപ മമാക്കുന്നത്. *വയൽജീവി*യിൽ മനുഷ്യനിരപേക്ഷമായ അരാഷ്ട്രീയ പരി സ്ഥിതി ദർശനത്തെ തൊഴിച്ച് പുറന്തള്ളുകയും നവീനമായ ജനപക്ഷ പാരിസ്ഥിതിക രാഷ്ട്രീയത്തെ സ്വാംശീകരിക്കുകയും ചെയ്യുന്നു.

വയൽജീവി എന്ന കവിത സമകാലിക കവിതകളിൽ പൊതുവിൽ തെളിഞ്ഞുകാണുന്ന കേവലം വാമൊഴിച്ചന്തങ്ങളുടെ മായക്കാഴ്ചകളെ അതിജീവിച്ച് അദ്ധ്വാനത്തിന്റെ നവീനമായൊരു പൊളിറ്റിക്കൽ അനാ ട്ടമി കവി അവതരിപ്പിക്കുന്നതിങ്ങനെയാണ്:

"തലച്ചുമട്
വഴുക്കലുള്ള വയൽവരമ്പ്
പെരുവിരൽ, ഉപ്പൂറ്റി
മെല്ലെയൂന്നി
ശിരസ്സുവിറയ്ക്കാതെ
കഴുത്ത് തെന്നാതെ
മുട്ടുകാൽ വളയാതെ
ഇരുകാൽ പിണയാതെ

അടരുകളിളകാതെ
ചുവടെടുക്കാൻ മറക്കരുത്"

അനന്യസാധാരണമാണ് ഈ കവിതയിലെ ഇമേജറി സൃഷ്ടിക്കുന്ന ബഹുസ്വരദാർശനിക പ്രപഞ്ചം. മണ്ണിൽ കാലുകളാഴ്ത്തി ചേറിലെ സൂക്ഷ്മ ജീവികളെ തൊട്ടറിഞ്ഞവനേ പരിസ്ഥിതി എന്താണെന്നറിയൂ. പാടവരമ്പിലെ കൊറ്റിയെപ്പോലെ വിരുന്നുകാരായി വരുന്നവരുടെ ബാഹ്യാസ്വാദനമല്ല പരിസ്ഥിതിസ്നേഹം. അത് കൊറ്റിയിൽനിന്നും ചേർവരമ്പിനുമപ്പുറം മണ്ണിന്റെ ആഴങ്ങളിലേക്കും ചതുപ്പുകളിലേക്കും ആഴ്ന്നിറങ്ങുന്ന പണിയാളരുടെ നിശബ്ദമായ നിലവിളികളും സ്വപ്ന ങ്ങളും അലിഞ്ഞുചേർന്ന ചരിത്രത്തിലെ പോർനിലംതന്നെയാണ്. മണ്ണിന്റെ പ്രാണഞരമ്പുകളെ സ്വന്തം ഹൃദയരക്തം കൊണ്ടുനനച്ച പോരാളികളുടെ ചരിത്രത്തെ തമസ്കരിച്ച് മനുഷ്യരുടെ പാദസ്പർശ മേല്ക്കാത്ത പ്രകൃതിയുടെ വർണ്ണക്കാഴ്ചകളിൽ കോൾമയിർകൊള്ളുന്ന ടൂറിസ്റ്റ് കവിതകളുടെയും ടൂറിസ്റ്റ് കവികളുടെയും അനുഭൂതികളല്ല. വയ ലെന്നാൽ വരമ്പിലെ കൊറ്റിയോ വയൽവരമ്പിലെ കുടചൂടിയ ജന്മിയോ അല്ലാത്തതുപോലെ. അദ്ധ്വാനത്തിന്റെ സൗന്ദര്യശാസ്ത്രമാണ് കീഴാള ജനതയുടെ പാരിസ്ഥിതികാവബോധത്തെ ദർശനസുരഭിലമാക്കുന്നത്.

ജയനന്റെ കവിതകളിൽ പേർത്തും പേർത്തും വിരിഞ്ഞുപൊന്തുന്ന വിപ്ലവത്തിന്റെ രക്തച്ഛവിയാർന്ന ഒരു ഇമേജറിയുണ്ട്. 'വിപ്ലവകാരിയുടെ സായന്തനം' എന്ന കവിത നമ്മുടെ അന്തർനേത്രങ്ങളെ കണ്ണീരണിയി ക്കും.

"നീ
കൊല്ലപ്പെട്ടത്
കൊലചെയ്യപ്പെട്ടത്
വൈകിയാണ് ഞാനറിഞ്ഞത്
വെടിയുണ്ടകൾ
തുളഞ്ഞുകയറിയ ശരീരം
നിന്റേതാണെന്ന് സ്ഥിരീകരിക്കപ്പെട്ടതും
വൈകിയാണല്ലോ"

രക്തസാക്ഷികളുടെ ശരീരം നമ്മുടേതാണ്. കനുസന്യാൽ എന്ന വിപ്ലവകാരിയുടെയെന്നല്ല ഏതു വിപ്ലവകാരിയുടേയും ശരീരം അവരുടെ മരണത്തോടെ നമ്മുടെ ശരീരമായിത്തീരുന്നുവെന്ന് ഈ കവിത നമ്മെ ഓർമ്മപ്പെടുത്തുന്നു. ക്ഷണപ്രഭാചഞ്ചലമായ കോർപ്പറേറ്റ്- ഉദ്യോഗസ്ഥ ജീവിതത്തിന്റെ വ്യാമോഹങ്ങളെ സ്വയം വിചാരണചെയ്ത് രക്തസാക്ഷി യുടെ ജീവിതത്തെക്കുറിച്ച് പ്രതിപാദിക്കുന്ന കവിതയാണിത്. ദൃശ്യ പരവും ശാബ്ദികവുമായ ബിംബങ്ങളിലൂടെ അസാധാരണമായ ഭാവ വിസ്ഫോടനം സൃഷ്ടിക്കാനുള്ള ജയനന്റെ കഴിവ് അസൂയാവഹമാണ്.

"പാറകൾ വഴുക്കുന്ന മഴക്കാലം
നിറയെ അട്ടകൾ........
അവൻ കാടിറങ്ങുകയാണ്.....
നാടുകാണാനിറങ്ങിയ
പുള്ളിപ്പുലി..........
വർഗീസിനോളം നെഞ്ചുറപ്പില്ല...."

(ദണ്ഡകാരണ്യത്തിൽ നിന്നൊരു പുള്ളിപ്പുലി) കവിതയെന്നാൽ കേവല യാഥാർത്ഥ്യങ്ങളുടെ അച്ചുകൾ നിരത്തലാണെന്നുള്ള ധാരണ പലകവികൾക്കുമുണ്ട്. എന്നാൽ അന്യൂനമായ ശില്പ നിർമ്മിതികളാണ് കവിതയെ ചേതോഹരമാക്കുന്നതെന്ന സൂക്ഷ്മ രഹസ്യം തിരിച്ചറിഞ്ഞ കവിയാണ് ജയനൻ. 'ദണ്ഡകാരണ്യത്തിൽനിന്നൊരു പുള്ളിപ്പുലി' പോലുള്ള കവിതകളിൽ രംഗബോധമില്ലാത്ത കോമാളികളായി ചില പ്രത്യയശാസ്ത്ര വാഗ്ധോരണികൾ കടന്നുവന്നതൊഴിച്ചാൽ ഈ കാവ്യ സമാഹാരത്തിലെ മിക്ക കവിതകളും അദൃശ്യ യാഥാർത്ഥ്യങ്ങളുടെ മൂർത്താവിഷ്കാരങ്ങളാണെന്നു കാണാം.

'ചന്ദ്രന്റെ മറുപുറം' (The other side of the moon) എന്ന ഒരു സങ്കല്പനമുണ്ട് ഇംഗ്ലീഷിൽ. ദൃശ്യയാഥാർത്ഥ്യങ്ങളുടെ അപ്പുറത്തേക്ക് നോക്കുക എന്നാണിതിനർത്ഥം. ചാന്ദ്രപ്രഭയുടെ മായികതയ്ക്കപ്പുറം ഇരുട്ടാണ്. ഈ വിപരീത സത്യങ്ങളെ രൂക്ഷമായ ആക്ഷേപഹാസ്യത്തിലൂടെ മൂർത്തമാക്കുന്നതിൽ അസാധാരണവഴക്കം തന്നെ പ്രകടമാക്കുന്നുണ്ട്, 'ശുഭ്രവസ്ത്രം അശുഭമായതെങ്ങനെ' എന്ന കവിതയിൽ

"വിധവയുടെ മക്കൾ
വെളുപ്പിനെ ഭയക്കുന്നതെന്തിനെന്ന്
ആരും തിരക്കിയില്ല
കന്യാസ്ത്രീക്ക് പറയാം
അത് ദൈവം തന്ന വഴിയടയാളമെന്ന്
അന്തർജ്ജനത്തിനും അടിച്ചുതളിക്കാരിക്കും
പറയാനാകുമോ,"

അങ്ങനെ ബഹുസ്വരഭാവങ്ങളുടെയും ബഹുലസങ്കല്പനങ്ങളുടെയും പുഷ്യപരാഗണങ്ങൾ കൊണ്ടുനിറവാർന്ന കവിതകളുടെ ഈ പ്രവാഹിനിയെ മലയാളികൾ ആഹ്ലാദപൂർവ്വം നെഞ്ചേറ്റുമെന്ന് പ്രതീക്ഷിക്കുന്നു.

കാട്ടാളനും മൂങ്ങയും

കാട്ടുമൃഗങ്ങളെ വേണ്ട
ആട്ടിൻകുട്ടിയെ വേണ്ട...
കണ്ണിൽ പേടിപൊലിച്ചുനടക്കും
കലമാൻ കൂട്ടം വേണ്ട...
കൂട്ടിലിണക്കിവളർത്താൻ
പക്ഷിക്കൂട്ടം വേണ്ട....
കാട്ടാറൊഴുകും ശബ്ദം കേൾക്കാൻ
ചീവീടിൻ ചിരികൊഞ്ചിപ്പുണരാൻ
കൂട്ടരെ വരുവിൻ
ഒക്കെപ്പറയാം......
പേടിക്കേണ്ട
അമ്പും വില്ലും
ആർത്തിമുഴുത്തവരാരോ കട്ടൂ...
കെണിവയ്ക്കും വല
കണ്ണിമുറിഞ്ഞൂ....
തുടികൊട്ടും മിഴി
'വെള്ള'* നിറഞ്ഞൂ...
    കൂട്ടരെ വരുവിൻ ഒക്കെപ്പറയാം
    നാട്ടുവിശേഷം ഒത്തിരിയുണ്ട്....
        കാട്ടാളൻ കൈകൊട്ടിവിളിച്ചു.
'സാക്ഷാൽ ദൈവം വന്നു പറഞ്ഞാൽപ്പോലും

---

* *തിമിരം*

പേടിപൊറുക്കാൻ വാക്കുകൾ മതിയോ....'
പട്ട മരത്തിൻ പോടിലിരുന്നൊരു
കുരുടൻ മൂങ്ങ വിളിച്ചു പറഞ്ഞു:
'പറഞ്ഞു തുലയ്ക്കൂ പകലിൻ ചൂരുകൾ
രാത്രിവിശേഷം ഞാനും പറയാം...'

കടൽ മുഖം

ഇരവു* കരച്ചിൽ പോലെ
സഹിക്ക വയ്യ
നിനക്കായ് ഉയരും ബാങ്കുമൊഴി
കടലിന്നഭിമുഖമായ്
തുറക്കുമോ ഒരു കിളിവാതിൽ
ജന്മാന്തരങ്ങളായ്
ഞാൻ നിന്നോട് വിലപിക്കുന്നു.....

അഞ്ചാം നിസ്കാരം കഴിഞ്ഞു മടങ്ങിയവർ
വിളിച്ചു കൂവി:
'തിത്താച്ചുമ്മായ്ക്ക്
ജിന്നുകൂട്യേ......'

---

* *എരവ് – ഭിക്ഷയാചിക്കൽ*

സീത

ഇണ
ഇര
ഇതിഹാസം

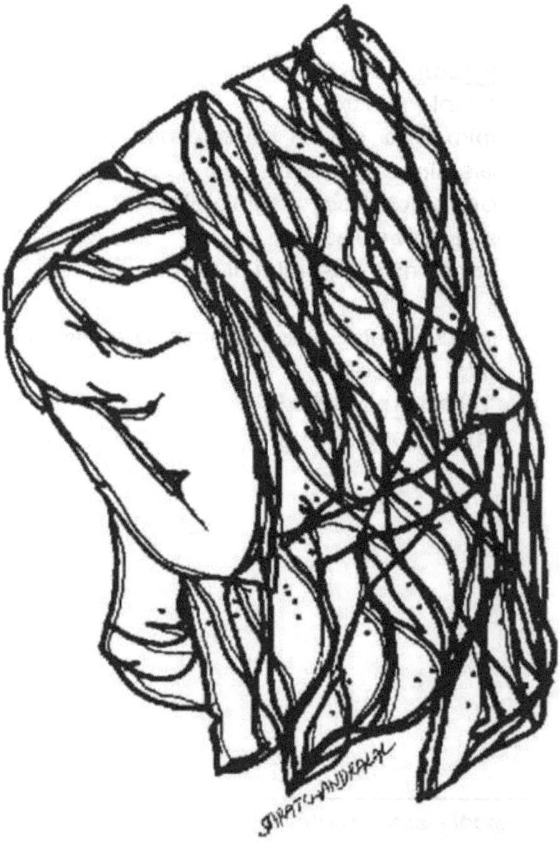

ആത്മീയം

അയാൾ താടിരോമം വളർത്തി
ദൈവത്തെ പ്രകീർത്തിച്ചു......
അവൾ ഗുഹ്യരോമം വളർത്തി
ദൈവത്തെ പ്രതിരോധിച്ചു......

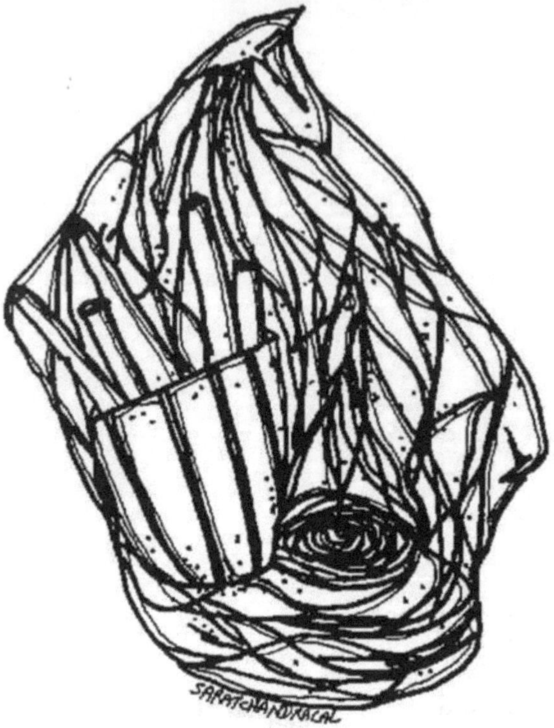

ക്ഷണികം

മഞ്ഞക്കോളാമ്പിപ്പൂവ്
കുഴലിനുള്ളിൽ
തേനുണ്ണാൻ ചെറുശലഭം
തൊടിയിൽ
വലനെയ്ത്
എട്ടുകാലി....

യാഗാശ്വം

യാഗം കഴിഞ്ഞു
വയസ്സൻ യാഗാശ്വവും ചത്തു
വെട്ടിയെടുത്തതിൻ കെട്ടലിംഗാഗ്രം.
പ്രസാദിച്ചു ഞങ്ങൾതൻ യോനീ മുഖങ്ങളെ
പട്ട മഹിഷിക്ക്
ഇനിയെന്ത് ദുഃഖം?
ശിഷ്ടകാല സൗഭാഗ്യസായൂജ്യം.....

കിളിവാതിൽ

കറുത്ത വസ്ത്രത്തിൽ
രണ്ടു കിളിവാതിൽ പണിതത്
*നീ
പറഞ്ഞിട്ടാണെന്ന്
**അവർ
പറയുന്നു.

* *ദൈവം*
** *പുരോഹിതൻ*

ജലം

ലാവോത്സു ഉറങ്ങാൻ പോകുന്നു
ജലം
ജനപഥത്തെ ഉണർത്തുമോ......

ഭാവഹിംസ

മഴ നനയാൻ കൊതിച്ച
മണ്ണിര
മൺകവചം പൊളിച്ചിറങ്ങി
മഴ നനയാൻ മടിച്ച
കട്ടുറുമ്പ്
വഴിമദ്ധ്യേ മണ്ണിരയ്ക്കൊരു കുത്ത്

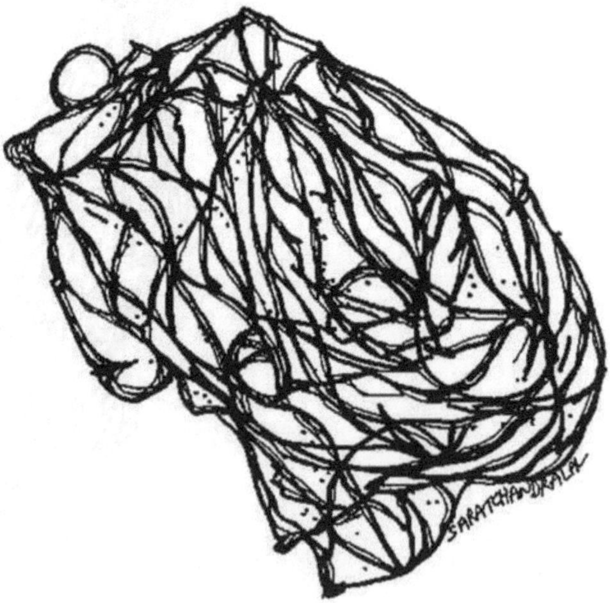

പൊട്ടരുവി

പൊട്ടരുവി തൊട്ടുരുമ്മി
എട്ടുദിക്കും തൊട്ടരുകിൽ
പൊലിയോ പൊലി
പുലിമടയിൽ മയിലാട്ടം......

ശുഭ്രവസ്ത്രം അശുഭമായതെങ്ങനെ

ശുഭ്രവസ്ത്രം
ശുഭകരമെന്ന് ഒടുവിൽ
ഗാന്ധിയും പറഞ്ഞൊഴിഞ്ഞു.
കണ്ണീരൊപ്പി കരപ്പനായപ്പോൾ
വീണ്ടും വെളുപ്പണിയാൻ ആരും പറഞ്ഞില്ല.
അലക്കി വെച്ചതിൽ
'ശാ'*ക്കറ വീണപ്പോൾ
അന്തർജ്ജനങ്ങളെല്ലാം പറഞ്ഞു:
'ശുക്ലത്തിൻ വരണ്ട പാട്.'
വിധവയുടെ മക്കൾ
വെളുപ്പിനെ ഭയക്കുന്നതെന്തിനെന്ന്
ആരും തിരക്കിയില്ല.
കന്യാസ്ത്രീക്ക് പറയാം
അത് ദൈവം തന്ന വഴിയടയാളമെന്ന്
അന്തർജ്ജനത്തിനും അടിച്ചുതളിക്കാരിക്കും
പറയാനാകുമോ;
അത്
അന്തിയുറങ്ങിയപ്പോൾ
ദൈവം തന്നുപോയ വഴിയടയാളമെന്ന്....

---

* *ശവക്കറ*

പൊട്ടൻ ചിറ

പൊട്ടൻ ചിറയിലെ
വട്ടക്കുഴിയിൽ
ഞെട്ടറ്റുവീണത്
സൂര്യനോ ചന്ദ്രനോ?
ആരുണ്ട് തട്ടാര് മുങ്ങിയെടുക്കും
വട്ടത്തിലുള്ളൊരീ
പൊൻതളിക...

നന്മ

നമ്മളിൽ ചിലതുണ്ടു നീക്കിവെക്കാൻ
നന്മയെന്നാരും പറഞ്ഞുപോകും.
പൊൻവെയിലാറിത്തണുത്തിടുമ്പോൾ
വർണ്ണപ്പൊലിമയാലന്തിമേഘം.

സൂര്യസ്നാനം

പഥികൻ എന്നും അയാളെ
പരിഹസിച്ചുകൊണ്ടേയിരുന്നു....
പുഴക്കരയിൽ
മഞ്ഞുവീണ പുൽപ്പരപ്പിൽ
ഒറ്റപ്പാദമൂന്നി
അയാൾ സൂര്യസ്നാനം കൊണ്ടുണർന്നു....
ഒരു നാൾ
പഥികൻ
മടങ്ങിവരാൻ വഴിമറന്നു....
ഒറ്റപ്പാദമൂന്നി
അയാൾ സൂര്യസ്നാനം കൊണ്ടുണർന്നു.....

വഴിയെന്നും
മിഴിയരികിൽ....
മിഴിചിമ്മിയാൽ ഒടുങ്ങുമോ
വഴിദൂരക്കാഴ്ചകൾ....

കുമ്പസരിക്കാൻ
മാർക്സ് ഒരു മരക്കുരിശല്ല.....

ആൾക്കൂട്ടം മൂക്കിൻ തുഞ്ചത്ത് വിരൽ തൊട്ടു.
അവർ എന്നും അങ്ങനെയാണ്....
അവൻ* ദൈവത്തോളം വളർന്നു
കണ്ടില്ലേ രക്തക്കൊതി.....
അവൻ ശവം തിന്നാൻ പഠിച്ചു
കണ്ടില്ലേ കാക്കച്ചേല്.....
ഉറുമ്പിൻ കണ്ണ്.....
അവൻ ആകാശത്തെ അളന്നു മുറിച്ചു
കണ്ടില്ലേ മഴവില്ല് ഒടിഞ്ഞുവീണത്.....
സൂര്യൻ മരുപ്പച്ചയെ പ്രണയിച്ചത്...
അവന്റെ കാല്പാടുകൾ
ഭൂമിയുടെ അകക്കാമ്പിനെ താഡിച്ചു
കണ്ടില്ലേ നീരുറവകൾ വറ്റിപ്പോയത്....
മനഃശാസ്ത്രം മറവിരോഗത്തിന് മറു മരുന്നല്ല
കുമ്പസരിക്കാൻ
മാർക്സ് ഒരു മരക്കുരിശല്ല....
യക്ഷികൾക്ക് ചേക്കേറാൻ
പാലമരങ്ങൾ നട്ടു വളർത്തിയ
പൂർവ്വസൂരികളുടെ
മനഃശാസ്ത്രപ്പൊരുളെന്ത്?
വീട്
പാലുള്ള മരങ്ങൾക്കുനടുവിൽ
വെറുമൊരു പഴങ്കൂടല്ല.....

---

* *അതീതമനുഷ്യൻ- സ്വേച്ഛാധിപതി*

വായന, പ്രാർത്ഥന

വായന
എഴുത്തച്ഛനെ സുഖിപ്പിക്കലല്ല;
പ്രാർത്ഥന
ദൈവത്തേയും.

കാറ്റിന്റെ നിറം

കടൽ
കാട്ടിത്തരും
കാറ്റിന്റെ അവതാരമുഖങ്ങൾ
പക്ഷിക്കറിയാം
കാറ്റിന്റെ രൂപം
പരുന്ത്
കാറ്റിലൊഴുകും പട്ടം-
നക്ഷത്രക്കണ്ണുള്ള കുട്ടി കടലിനോടു പറഞ്ഞു.
പുൽച്ചാടിയുടെ കണ്ണിൽ
കാറ്റിനും നിറം പച്ച

തോട്ടുപിലച്ചി*

തോട്ടുപിലച്ചിയെ കൂട്ടുപിടിച്ച-
താരാണ്? ഞാനോ നീയോ കൂട്ടുകാരോ?
തോട്ടുപിലച്ചിയെ വീട്ടിൽ വിളിച്ച-
താരാണ്? ഞാനോ നീയോ കൂട്ടുകാരോ?
തൊട്ടിലിലാടിയുറങ്ങിയ ഉണ്ണിയെ
മുള്ളൻ കരപ്പന്റെ വിത്തുവിതച്ചിട്ട്
നെറ്റിത്തടത്തിൽ തൊട്ടുചിരിപ്പിച്ച-
താരാണ്? ഞാനോ നീയോ കൂട്ടുകാരോ?
ചാറ്റുഴിഞ്ഞും നേർച്ചയിട്ടും പാല-
മരച്ചോട്ടിലായ് തോട്ടുപിലച്ചിക്ക്
വീടൊരുക്കി കൂട്ടിരിക്കാൻ പോയതാര്?
തുമ്പപ്പൂമാല കൊടുത്തതാര്?
ചെമ്പകമാല കൊടുത്തതാര്?
ഞാനോ നീയോ കാണിക്കാരോ?
വീട്ടാധിമാറാതെ ആർത്തലച്ചെത്തിയ
തോട്ടുപിലച്ചിക്ക്** പൂട്ടുപുരയിലെ
കൂരിരുട്ടിൽ പട്ടുചേലവെച്ചതാര്?
പാലും പടുക്കയും വെച്ചതാര്?
ഞാനോ നീയോ കാണിക്കാരോ?

---

* *ഒരു ദ്രാവിഡദുർദ്ദേവത*
രൗദ്രഭാവം മൃദുഭാവമായി മാറുന്ന ദ്രാവിഡകുല മൂർത്തീസങ്കല്പം ഓർക്കുക.

** *ആരൂഢത്തിനു കീഴെ അടച്ചുപൂട്ടുള്ള മുറി.*

വയൽജീവി

ജയനൻ

തോട്ടുപിലച്ചിക്കിന്നെന്തു വേണം?
ഉണ്ണിക്കണിയും ചിലമ്പുതായോ?
തോട്ടുപിലച്ചിക്കിന്നെന്തു വേണം?
കൺമഷി ചാലിച്ച പൊട്ടുതായോ....
തോട്ടുപിലച്ചിക്ക് മറ്റെന്തു വേണം?
നാലഞ്ചുകരിവളപ്പൊട്ടുതായോ....
തോട്ടുപിലച്ചിക്ക് മറ്റെന്തുവേണം?
മൺചട്ടിനിറയെ വെൺചോറുതായോ....
തോട്ടുപിലച്ചിക്കിനിയെന്തുവേണം?
കാട്ടുപൂവിൽ കോർത്തമാല തായോ
തോട്ടുവരമ്പിലെ പൂക്കൈത തായോ
കാട്ടാറൊഴുകുന്ന കാഴ്ചതായോ
മാമരച്ചോട്ടിലെ തണലുതായോ
മൂക്കുന്നിമലയുടെ നിഴലുതായോ
മൂവന്തിവെട്ടക്കുളിരു തായോ
കുന്നിക്കുരുമാല കോർത്തുതായോ
നീൾമുടി കോതിക്കെട്ടിയൊതുക്കി
പാലപ്പൂക്കുല ചൂടിച്ചങ്ങനെ
അമ്മ മുലയിലെ പാലുതായോ
കിനാവിൽ ചിരിയൂറും പാട്ടുതായോ
അമ്മക്കരം കൊണ്ടുഴിഞ്ഞുതന്ന്
തൊട്ടിലിലാട്ടിയുറക്കുമെല്ലെ.....
അമ്മക്കരം പൊതിഞ്ഞുമ്മതന്ന്...
തൊട്ടിലിലാട്ടിയുറക്കുമെല്ലെ....

പൈതൃകം

അരണ്ട വെളിച്ചം
അടഞ്ഞ മുറി
എടുത്തു മാറ്റാൻ
എന്നും തുപ്പൽകോളാമ്പി...
    ക്ഷോഭിക്കുന്നവരുടെ
    സൂര്യൻ
    മലകടന്ന്
    പാടങ്ങളിൽ ഉരുകിയൊലിച്ചു.
    പരിവൃത്തിയുടെ ചുവപ്പ്
    പാതിവ്രത്യത്തിന്റെ കുലമഹിമയല്ല.
ധ്യാനിക്കുന്നവരുടെ
സൂര്യൻ
കടലിലുദിച്ച്
കടലിലസ്തമിച്ചു.
    പക്ഷികളുടെ ശബ്ദത്തിന്
    ആരും അവകാശം സ്ഥാപിച്ചില്ല...
    അതെന്റെ പൈതൃകമായി
    ആരും പരിഗണിച്ചതുമില്ല,,,,
എനിക്കും അവകാശപ്പെട്ട
സൂര്യൻ
പുല്ലിംഗ വംശാധിപനായ് ആകാശം അടക്കിവാഴുന്നു...
അതെന്റെയും പൈതൃകമായി
ആരും പരിഗണിച്ചതുമില്ല.....

കാലം

ആര് പറഞ്ഞു
ഇത് മാനസാന്തരങ്ങളുടെ
വിശേഷകാലമെന്ന്....
    കണ്ണും കാഴ്ചയും ചേർന്നുപോകുന്നു കാലം
    കണ്ണാൽ അളന്നുകുറിച്ച
    മൈൽക്കുറ്റി
    ദൈവം വഴിയടയാളം
    മനുഷ്യൻ
    അവനെ മാപ്പുസാക്ഷിയാക്കി
    ആൾപ്പാർപ്പില്ലായിടങ്ങളിൽ പാർപ്പിച്ചു.
മഴ
മഴവില്ല്
മാർജ്ജാരസുരതം
സ്ഥാവരജംഗമവസ്തുക്കൾ-
അചേതനവും
സചേതനവും
ജന്മാവകാശങ്ങളൊക്കെയും
അവനിൽനിന്നും പിടിച്ചുവാങ്ങി.
വഴിയടയാളം
മറക്കരുതെന്ന്
ആരും മക്കളെ ഉപദേശിച്ചില്ല.
പതിവുപോലെ
എല്ലാം കണ്ടും കേട്ടും
കാലം

ദൈവം
മരണവാതിൽ തുറക്കുന്നു

കുറ്റമില്ലാത്ത രക്തം
  വീഴ്ത്തി
  പ്രവാചകൻ
  ദൈവത്തിന്റെ ബലിപീഠം നനയ്ക്കുന്നു....
  ജനത്തിന്റെ നിലവിളി
  അവനെ കടാക്ഷിക്കുന്നു....
  ജനത്തിന്റെ വിറയൽ
  അവനെ ഉന്മാദിയാക്കുന്നു.....
  ജനത്തിന്റെ ഭയം
  അവനെ പരമ കാരുണികനാക്കുന്നു....
നിരപരാധിയുടെ രക്തം
കടലിനെ ചുമപ്പിക്കുന്നു....
ചെങ്കടൽ ദൈവദാഹം ശമിപ്പിക്കുന്നു
ലവണരുചിയില്ലാത്ത ചരിത്രം
മാപ്പുസാക്ഷി..
സമൃദ്ധിയുടെ
ജലതടാകങ്ങൾ
പ്രവാചകന്മാർ കുടിച്ചുതീർത്തു.
അവർ
ഭൂമിയുടെ അടിസ്ഥാനമിളക്കുന്നു...
  ദൈവം മരണവാതിൽ തുറക്കുന്നു;
  ചെങ്കടലിനും
  മരുഭൂമിക്കും അഭിമുഖമായ്....

നാണം മറയ്ക്കാൻ ദൈവത്തിന് ഒരു മുഴം ഇരുട്ട്

കടലും
ആകാശവും
മനുഷ്യന്
മറുകരയ്ക്കുള്ള വഴികൾ മാത്രമായി......
 മഴയും
 വെയിലും
 മാറി മാറി വന്നത് അവനറിഞ്ഞില്ല.
 വായ്മൊഴിയുടെ
 ജൈവസ്വരൂപങ്ങൾ
 ഒന്നൊന്നായ് അവനെ വിട്ടൊഴിഞ്ഞു.....
 കൊള്ളിമീനുകൾ
 അവന്റെ ആകാശനൗകകൾക്കുമീതെ
 തീ തുപ്പി പാഞ്ഞതും അവനറിഞ്ഞില്ല.....
 മഹത്ത്വത്തിന്റെ
 ജൈവനോവറിയാൻ
 ആകാശത്തിൽ
 ഒറ്റ നക്ഷത്രവും അവന്റെ
 കണ്ണിൽപ്പെട്ടില്ല.....
പൂക്കൾക്കായ്
അവന്റെ ആത്മാവ് ദാഹിച്ചു.
ശവക്കല്ലറകളിൽ
പരേതാത്മാക്കൾ കലഹിച്ചു.
അവന്റെ യാത്രകളിൽ

നക്ഷത്രങ്ങളും ചക്രവാളവും അനുഗമിച്ചില്ല....
നക്ഷത്രങ്ങളെ വഴികാട്ടിയായ് കണ്ട
പൂർവ്വികന്മാരെ
അവൻ ചരിത്രത്താളുകളിൽ നിന്നും പറിച്ചുമാറ്റി.....
അവന്റെ
ചൂണ്ടുവിരൽ ഭൂമിക്ക് അച്ചുതണ്ട്
ആകാശത്തിന്റെ
അടരുകളിൽ നിന്നും
ദൈവം ഭൂമിയിലേക്കിറങ്ങിവന്ന
ചുരങ്ങൾ
ഹിമപാതങ്ങളാൽ മറയ്ക്കപ്പെട്ടു;
നീ
ദൈവത്തിന്റെ
മേലങ്കിയിൽനിന്നും
നക്ഷത്രങ്ങളെ പറിച്ചെറിഞ്ഞു;
ആകാശം അശരീരികളാൽമൂടി...
നാണം മറയ്ക്കാൻ
ദൈവം
ഒരു മുഴം ഇരുട്ടിന്
ലൂസിഫറിനോട് യാചിച്ചു.
ഒരു കടവാതിൽ ചിറകുവിരിച്ച്
ലൂസിഫർ
ദൈവത്തിന്റെ
നാണം മറച്ചു.

തൂക്കം

വന്നുപോകുന്നു പലരും
തിരക്കിയില്ലാരും
കാര്യകാരണങ്ങൾ....
കുടിച്ചൊഴിഞ്ഞ കുപ്പിയുണ്ടരുകിൽ
അരിച്ചിറങ്ങി
രുചിച്ചുനോക്കുന്നുറുമ്പുകൾ-
ശിഷ്ടഭോജ്യം.
കിണറ്റുപാലത്തിൽ
ഉടുതുണിമുണ്ടിന്റെ കുരുക്കിൽ
നിറഞ്ഞാടുന്നു
മുരുകനെന്ന മരപ്പണിക്കാരൻ-
തൂക്കുവില്ലിൻ പെരുമപോലെ....
അരികിലുണ്ടൊരു മരക്കപ്പി
അരംകരഞ്ഞ്
കിണർ ദൂരം അച്ചുതണ്ടിൽ താങ്ങി
തളർന്നങ്ങനെ.....
മരിപ്പറിയിച്ച്
ഇടയ്ക്കിടെ കുറുകുന്നു
കിണറ്റുപാലത്തിലൊരു കാക്ക.
നഗ്നശരീരം
ഉദ്ധരിച്ചുറഞ്ഞ പുല്ലിംഗമൂർത്തി
തൊട്ടുരുമ്മുന്നു
ആഴക്കിണർ ചുറ്റുവട്ടത്തെ....

കണ്ടു നിന്നിട്ടും
ഓക്കാനിച്ചില്ല;
*ഓപ്പുകാരി ശംഖിനി.....
കണ്ണുപൊത്തി
കണ്ടുനില്ക്കാൻ
വന്നില്ല പെണ്ണുങ്ങൾ മറ്റാരും;
തൂക്കക്കെളത്തിൻ ചുറ്റുവട്ടത്ത്...
    കാക്കകൊത്തിപ്പറന്ന
    കത്തിൻ സാക്ഷ്യമിങ്ങനെയെന്നുചിലർ:
        'വെട്ടിയറുത്തിട്ടു മൂടൂ...
        കോലും കൊട്ടുവടിയും
        കൈയിൽ തടയും സ്വത്വബോധത്തിൻ
        മിത്രസാക്ഷ്യങ്ങളൊക്കെയും......'

---

* *വേശ്യ*

തണൽ മരം

ഹരികൃഷ്ണൻ
ചരിത്രപാഠക്ലാസിൽ ഉറക്കമാണ്;
മനംപുരട്ടലുമിടയ്ക്കിടെ....
സ്കൂളിൽ നിന്നും SMS--- - സന്ദേശം- Live
ചോദിച്ചാൽ
തലച്ചൊരുക്കെന്ന് പതിവു പല്ലവി-
        പച്ചയില്ലാത്ത നിറങ്ങളാൽ
        ഒച്ചവയ്പ്പല്ലോ ചരിത്രം;
        ചത്ത ജാതകം
        ശിഷ്ടമില്ലാതെ ഹരിക്കാം
        എത്രമേൽ സഹിക്കും?
ചിലതാളുകൾ നോക്കിയാൽ:
        പുത്രകാമേഷ്ടിയാഗത്തിനായ്
        വെട്ടിമാറ്റിയ നെഞ്ചലിവുകൾ...
        ഗർഭപാത്രത്തിൽ പിറക്കാൻ
        എത്തിനോക്കുന്നു നക്തഞ്ചരന്മാർ
        പിറന്ന പാടെ വളരും ആകാശം മുട്ടെ
        ബാലദന്തങ്ങളല്ല; ദംഷ്ട്രകളാണ്
        മുലകൊടുത്താൽ കിനിയും രക്തം
                മുലക്കണ്ണിൽ

കളിക്കോപ്പല്ല കൈയിൽ; തിളങ്ങും
വജ്രായുധം
അമ്മ വിലക്കുകൾക്കാവില്ല തടയാൻ;
മഹായുദ്ധങ്ങൾ
അലിവായ് തിരുഹൃദയം പിളർന്നു ഭൂമി
കുലുങ്ങിയില്ല അച്ഛനും മക്കളും പർണ്ണശാലയും.
വളർന്നു രാമലക്ഷ്മണ തനിപ്പകർച്ചയായ്
യുദ്ധധർമ്മം വെടിയാതെ ക്ഷുദ്രക്ഷത്രിയർ...
അദ്ധ്യാത്മവാക്കുകൾക്കാവുമോ
മിഥ്യാപവാദക്കൊടുങ്കാറ്റൊടുക്കുവാൻ
ഉത്തര രാമായണത്തിൻ പുറംതാളിൽ
സീത വിലപിക്കുന്നു:
പച്ചമാംസത്തെ കുത്തിനോവിക്കുന്നു
തത്ത്വശാസ്ത്രത്തിൻ മൃത്യുബോധന...
വിഷം തീണ്ടാൻ
നാവുനീട്ടും
ശൂദ്രയോനികളിനിയും.....
മറ്റൊരു താളുമറിക്കൂ:
'അജ്ഞത ഭാഗ്യം
പ്രജ്ഞയല്ലോ മൂഢം'...
തട്ടിവിടുന്നൊരു പണ്ഡിതഗർവ്വൻ;
വായ്മൊഴിച്ചിന്തിന്
വായ്ക്കരിയിട്ടവൻ....
പച്ചയില്ലാത്ത നിറങ്ങളാൽ
ഒച്ചവയ്പ്പല്ലോ ചരിത്രം;
ചത്ത ജാതകം
ശിഷ്ടമില്ലാതെ ഹരിക്കാം
എത്രമേൽ സഹിക്കും?
'Wonder that was India-'
ബാഷാം അത്ഭുതം കൂറുമ്പോൾ;
തൊട്ടിലാട്ടിയ ഓർമ്മകൾ
തൊട്ടുരുമ്മുന്നു.....
ഒച്ചവയ്ക്കാതെ അമ്മ
അരയുറക്കത്തെണലിൽ ഹരികൃഷ്ണൻ.
മണ്ണടരുകൾ
മെല്ലെ താണ്ടിവരുന്നു

പച്ചനിറമുള്ള പുഴുവിൻ പട
ഹരികൃഷ്ണന്റെ
തഥാഗത പ്രജ്ഞയിൽ
പച്ചയായ് പടരുന്നു സർവ്വചരാചരങ്ങളും....
തൊട്ടുരുമ്മുന്നു
ഒച്ചവയ്ക്കാതെ അമ്മ.......
യുദ്ധകാഹളം വീണ്ടും മുഴങ്ങുന്നു പ്രജ്ഞയിൽ
വെട്ടിമാറ്ററുതേ
ഈ തണൽമരത്തെ.....

കണ്ണൂർപ്പെരുമ

ഇപ്പോളോർമ്മയിൽ
മറ്റൊന്നുമില്ല;
മുൾക്കൂടിനുള്ളിൽ
ഇമയനങ്ങാതെ
ചിറകൊതുക്കി അടയിരിക്കും
പക്ഷിതൻ പോളമൂടി.....
പനിച്ചരാവിൻ പരമനിദ്ര
    അരികിലമ്മച്ചൂടാൽ
    പുതച്ചുറങ്ങവേ
    വിളിച്ചുണർത്തി;
    വളർത്തുകോഴീനെ കൊല്ലാൻ പഠിപ്പിച്ച
    അയലത്തെ സുമതിയേടത്തി.......
    കഴുത്തറുത്തുകൊന്നാൽ
    പറന്നുപോകുമെന്നായ് കൗസല്യേടത്തി...
    ചണനൂലിൻ കുരുക്കിട്ടാൽ
    'ഞമ്മള് കൊല്ലുമ്പോലെ'ന്നായ്
    വെളുക്കനെന്ന പണിയൻ മൂപ്പൻ.....
    ഞെരിച്ചുകൊന്നാൽ
    രക്തം ചിനയ്ക്കുമെന്നായ്
    വള്ളിയാടൻ ചിരുതയേടത്തി...
    അടിച്ചുവാരാൻ വന്ന പണിച്ചിക്ക്
    വെറ്റില....അടയ്ക്ക...
    ഒടുവിൽ വെളുത്ത കുട്ടീനേം കൊടുത്തുവിട്ട

കാരായി കുഞ്ഞിരാമൻ നമ്പ്യാര്
മിടുക്കറിഞ്ഞ് അടുത്ത ഊഴം വിളിച്ചുതന്നു.
പക്ഷിത്തൂക്കംപോലെ
കണ്ടാലറിയാമെനിക്കിപ്പോൾ
മനുഷ്യത്തൂക്കത്തിൻ അകംപൊരുൾ....
ഞരമ്പെത്ര പിടയ്ക്കുമെന്ന്
കണ്ണെത്ര തുറിക്കുമെന്ന്
കുരുക്കെത്ര മുറുകുമെന്ന്......
കൊമ്പുലഞ്ഞ് മടുപ്പിക്കും അരത്തൂക്കം
കണ്ടുനില്ക്കാനൊരുക്കമല്ല ഞാൻ......
കട്ടയ്ക്ക് തീവെക്കാൻ വിളിക്കും ചിലർ
നെഞ്ചുപൊട്ടി
കനൽചിന്നുമ്പോളറിയാം
ഇരട്ടച്ചങ്കിന്റെ കുലമഹിമ.....
മണ്ണ് പിളർന്ന് പന്ത*മായ് പൊന്തുമെന്നുറപ്പ്...
ചോതിനക്ഷത്ര ജാതകനാകയാൽ
'കരി**യാത്താ....കരിയാത്താ'....എന്ന്
ധ്വനിമുഴക്കി
വഴിവിരിച്ച്
ഗിരിശൃംഗം സാക്ഷിയായ്.....മലകീയിച്ച്.....
കോലസ്വരൂപമായ്.......ദൈവമായ്.......
'പുലരെപ്പുലരെ........വൻപുലരെ'.....
ഊരുചുറ്റിച്ചതോ കുന്നുമ്മേൽ കുമാരേട്ടൻ
നിണമൊരുതുണി
ഇറ്റുവീഴാതെ
നേർച്ചക്കോഴീനെ
കടിച്ചൂറ്റി രക്തം കുടിച്ച്
മുച്ചിലോട്ടമ്മയായ്
കനലിന്മേൽ വിളയാടി
വരികാ....വരികാ....എന്ന് ധ്വനിമുഴക്കി
തറസ്വരൂപമായ്......
വഴിവിരിച്ച്
പടിഞ്ഞാറൻ കടലോളം.....
വെള്ളകീറിയ മലയോളം....
കോലസ്വരൂപമായ്.....ദൈവമായ്.....
പുലരെപ്പുലരെ......വൻപുലരെ......

---

* *ധീരാത്മാവ് പന്തമായ് കുഴിമാടം വിട്ടുയരുമെന്ന സങ്കല്പം.*

** *ശൈവ തേജസ്സാർന്ന തെയ്യക്കോലം*

ഊരുചുറ്റിച്ചതോ അണിയേരി ഗോപാലേട്ടൻ.....
പുല്ലും പുഴുവും
ധാന്യമണികളും
കൊത്തിവിഴുങ്ങി
ചിറകുവിരിച്ചുനടപ്പുണ്ട്;
മീനച്ചൂടാറിയ പടനിലങ്ങളിൽ
തെയ്യക്കോപ്പുകൾ....അണിയലങ്ങൾ......
വെച്ചൊരുക്കും പുരയിടങ്ങളിൽ....
ആൾമറയില്ലാക്കിണറിന്റെയോരത്ത്....
വെയിൽ വഴുക്കും
പാളിമേഘത്തണലോരത്ത്....
വീടാര***ത്ത്
വിരുന്നു വന്ന നാറോത്ത് ദിനേശന്റെ
നെഞ്ചിലെ ചൂടാറും മുമ്പേ
കൊത്തിയിട്ട ****ചീങ്കപ്പണകളിൽ.....
ചിറകുവിരിച്ച് നടപ്പുണ്ട്
അടുത്ത കുംഭത്തിൽ
വളർച്ചമുറ്റീടും നേർച്ചക്കോഴി.....
കിടക്കയിൽ
കിതച്ചൊന്നു നടുവു നിവർക്കവെ
ശിരസ്സുപൊട്ടും കടച്ചിൽ*****
അടിവയറ്റിൽ കലശലായ്....
കടിച്ചൂറ്റിക്കുടിച്ച രക്തം
ഒലിച്ചിറങ്ങുന്നു കീഴ്******വായുവിൽ
പിടിച്ചിരുത്താൻ
അമ്മ മാത്രം
എന്റെ അമ്മ
മുണ്ടയാടൻ ചീരുവമ്മ......

*** ഭാര്യവീട്
**** കല്ലുവെട്ടാങ്കുഴി
***** കുത്തിയുളയുന്ന വേദന
****** അൾസർരോഗ രക്തസ്രാവം

വയൽവരമ്പിൽ കൊച്ചുരാമൻ

കണിയാർ കുടുക്ക പൊളിച്ചുനോക്കി
വിത്തിന്റെ പാകം പൊലിപൊലിയേ.....
മിഥുനത്തിൽ മാനം തെളിഞ്ഞനേരം
ഇളമണ്ണിൽ വിത്തുകൾ പൂഴ്ത്തിവെച്ചു
കുഴിയൊന്നിൽ മുളപൊട്ടി മൂന്ന് വിത്ത്....
മൂപ്പുള്ള വിത്തിൻ തൈയ്ക്ക് ചേല്.......
ഇനിയുള്ള നാളുകൾ കൊച്ചുരാമൻ
വയൽക്കരെ മാടത്തിൽ കാവലാള്....
'മൂപ്പുള്ള വിത്തുകൾ മീതി[1]യുണ്ടോ
പത്തുകുഴിക്കുള്ള വിത്തുതായോ
കണിയാർ കുടുക്ക കുലുക്കിനോക്ക്.....
മുളനാഴി തട്ടി തുറന്നുനോക്ക്......
ദിക്കെട്ടുമേലായ് കിളച്ചുവെച്ചേ
പത്തുകുഴിക്കുള്ള വിത്തുതായോ....
കൊച്ചുരാമൻ തലയെത്തിനോക്കി,
മൂന്നാം നാൾ മുളകൂനി വിത്തുപൊട്ടി
വീട്ടിലേക്കിനിയില്ല കൊച്ചുരാമൻ.....
വിട്ടി[2]ലും ചാഴിയും വെട്ടി വീഴ്ത്തും
രാത്രിയും പത്തുനാൾ കാത്തിടേണം

---

1) *മീതി - അധികം*
2) *വിട്ടിൽ - വയൽത്തുള്ളൻ*

കാവൽ മാടത്തിലെ മൺതറയിൽ
ചീവീട് തുള്ളിച്ചിലമ്പിടുന്നു.....
കൊച്ചുരാമന്റെ നെഞ്ചകത്ത്
മുളപൊട്ടും വിത്തിന്റെ പൊലിപൊലിയേ....
തെള്ളി[3]ത്തെറിപ്പിച്ച ചാഴിവിത്തിൽ
അന്നംചികയുന്നു പക്ഷിവൃന്ദം......
കച്ചമുറിയുള്ള മുണ്ടുടുത്ത്
പുറം കച്ച മേലിൽ പുതച്ചുമൂടി
ഊരുചുറ്റുന്നു കൊച്ചുരാമൻ:-
ചാണകം....ചാമ്പല്....കോഴിക്കാരം
ആട്ടുരം വീട്ടുരം ഒക്കെവേണം.....
പാളയുണ്ടോ നല്ല പാളവേണം
കാക്കോട്ട[4] കോട്ടുവാൻ പാളവേണം....
പറയക്കുടിലിന്റെ മുന്നിൽ വന്നാൽ
കൊച്ചുരാമൻ വിളിച്ചൊന്നുകൂവും:
'കടവ[5] മുണ്ടോ പനം പായയുണ്ടോ
കനിവുള്ള കാലത്ത് കായ്നിറയ്ക്കാൻ...'
വെറ്റിലയൊന്നു മുറുക്കിത്തുപ്പി
കൊച്ചുരാമൻ ഊര് ചുറ്റിടുന്നു.....
ഒന്നാംകളപിഴാൻ കൊച്ചുരാമൻ
ഒപ്പംകൂടി തകതെയ്തോം....
രണ്ടാംകളപിഴാൻ കൊച്ചുരാമൻ
ഒപ്പംകൂടി തകതെയ് തോം....
മൂന്നാം കളപിഴാൻ കൊച്ചുരാമൻ
മൂവന്തിയോളവും തകതെയ്തോം....
പുഴുപെറുക്കാനും കൊച്ചുരാമൻ
കിളിയടിക്കാനും കൊച്ചുരാമൻ
ചെള്ളും കരിച്ചയും തണ്ടരിച്ചാൽ
കൊച്ചുരാമന്റെ ചങ്കുപൊട്ടും....
മൂട്ടിൽപ്പുഴു വേര് കുത്തിടുമ്പോൾ
വെണ്ണീറുകൊണ്ടുള്ള ക്രിയചെയ്യും....
മലടു[6]ണ്ടുപായുന്നു പയർവള്ളിയിൽ....

---

3) തെള്ളുക - പാറ്റുക
4) കാക്കോട്ട - പാളയിൽ കോർത്ത കോരി
5) കടവം - പനയോലയിൽ കോർത്ത വലിയ വട്ടി
6) മലട് - പരാഗണം നടക്കാത്ത പയർവള്ളി

മുപ്പത്തിമുക്കോടി ദേവകളെ
ആദ്യത്തെ കായ്കനി നേർച്ചവെയ്ക്കാം....
ചാണകപ്പാലിൽ കുളിച്ചുനില്ക്കും.
ചേനയ്ക്കും ചേമ്പിനും തണ്ടെടുപ്പ്....
'മാണം[7] കനത്തുപോയ് കൊച്ചുരാമാ
കപ്പ[8]വാഴയ്ക്കില്ല മേലെടുപ്പ്....'
ഒപ്പം കിളച്ചവൻ കൊച്ചുകുഞ്ഞൻ
കൊച്ചുമൊഴിയിൽ തുടിച്ചുസത്യം....
ലാഭനഷ്ടക്കണക്കോർത്തിടുമ്പോൾ
നെഞ്ചിൽത്തണലുമായ് കുംഭപ്പച്ച[9].....
വേണ്ടാത്ത വള്ളികൾ നുള്ളുമാറ്റി
തട്ടിലെ കായ്കനി തൊട്ടുരുമ്മി
അടയണിവെള്ളം ഇറച്ചുതേവി
നാളുകൾ നാല്പതും എണ്ണിയെണ്ണി
കൊച്ചുരാമൻ വയൽ നെഞ്ചിലേറ്റി....
അരയിലെ മുണ്ടിന്റെ കെട്ടിറുക്കി
കൊച്ചുരാമൻ തൂമ്പ തോളിലേറ്റി.....
ദിക്കുബലിക്കു ഞാൻ കാഴ്ചവയ്ക്കാം
ദിക്കിലെ കായ്കനികാത്തിടേണേ....
മക്കളെപ്പോറ്റുവാനില്ല മാർഗ്ഗം
പാട്ടം കിഴിച്ചിനിയെത്രയാവോ.....
നീരെലി......മരയെലി ജന്തുവർഗ്ഗം
പച്ചമരിച്ചീനി തിന്നൊടുക്കി
ഒറ്റ ഞാണിൽ കോർത്ത വില്ലുവെച്ചു:
വിഘ്നേശ്വരാ നീ പൊറുത്തിടേണേ......
ആറുപറക്കരി ഞാറ്റടിയിൽ
ചേറിൻ ചിരഞ്ജീവി കൊച്ചുരാമൻ.....
മൺകലമങ്ങിങ്ങുപുള്ളിതൊട്ട്
നടവഴിത്തട്ടിൻപുറത്തുനാട്ടി
കാക്കച്ചിറകും കള്ളിമുള്ളും
അങ്ങത്ത്[10] തന്നോരു മേലുടുപ്പിൽ
തുന്നിപ്പുതപ്പിച്ചു നോക്കുകുത്തി...

---

7) മാണം - വാഴയുടെ മൂട്
8) കപ്പവാഴ - ചെങ്കദളിവാഴ
9) കുംഭപ്പച്ച - കതിരില്ലാതെ തോലിച്ച നെൽച്ചെടി
10) അങ്ങത്ത് - ജന്മി

കാഴ്ചയ്ക്കു കൗതുകം ബാക്കിവെച്ചും;
നാളത്തെ വിത്തിന്റെ കായ്കൾ തൊട്ട്
കാലം ഗണിക്കുന്നു കൊച്ചുരാമൻ.....
അയലത്ത് പക്ഷികൾ കാത്തിരിപ്പൂ:
വെയിലൊന്നാറിത്തണുക്കുവോളം....
ആറ്റുകാലമ്മേടെ അമ്പലത്തിൽ
പാട്ടും വെടിയും മുഴങ്ങിടുന്നു.
ആദ്യത്തെക്കോഴിയും കൂവിടുന്നു....
ഇനിയെത്ര പോച്ച[11]കിളച്ചുകേറാൻ
കാക്കോട്ട പൊത്ത*യ്യോ തമ്പുരാനേ
തോളിലെ കോലൊന്നയച്ചുവെച്ച്
നടുവൊന്നുയർത്തീ കൊച്ചുരാമൻ....
നെടുവീർപ്പുകൊണ്ടൊന്നുലഞ്ഞു ദേഹം.....
കർഷകൻ കാണുന്ന കൊച്ചുസ്വപ്നം
ആഴക്കിണറ്റിലെ ഉറവപോലെ.....
അടമഴതോരാതെ പെയ്തകാലം
കാറ്റിൽപ്പൊലിഞ്ഞൂ പരാഗഗന്ധം.....
പതയരി[12]വന്നെന്റെ വെണ്ടപോയി
വെള്ളരിവള്ളിയും മൂടഴുകി
മലടുണ്ടുപായുന്നു പയർവള്ളിയിൽ
ഏഴിയും ചാഴിയും ബാധപോലെ.....
മച്ചിപ്പശുവിന്റെ അകിടുപോലെ
ഉള്ളൊട്ടിവലിയുന്നു പീയണി[13]യും...
തട്ടിൻപുറത്തെ കായ്കനികൾ
ഞെട്ടറ്റുവീഴുന്നിതെന്തുകാലം....
പൂക്കളിൽ ജീവാണു തൊട്ടുവെക്കും
പാഴ്പ്രാണി വൃന്ദങ്ങളെങ്ങുപോയി....
വാലൻ[14] കുളത്തിലെ കീഴ്ത്തൊടിയിൽ
കാൽതെന്നിവീണുപോയ്കൊച്ചുരാമൻ
കാലവും കാറ്റും കരിമുകിലും
മേലെത്തൊടിയിൽ നിന്നെത്തിനോക്കി.....

---

* *ഓട്ടവീഴുക*

11) *പോച്ച* - *തരിശുനിലം*

12) *പതയരി* - *വെണ്ടയെ ബാധിക്കുന്ന- കീടബാധ*

13) *പീയണി* - *മത്തൻ*

14) *വാലൻകുളം - നീളത്തിൽ ചരിച്ചുകൊത്തിയ പടവുകളുള്ള കുളം*

ഇടനെഞ്ച് കത്തിയെരിഞ്ഞകാലം
മൂട്ടുപ്പുഴുവിന്റെ നഞ്ചെ[15]ടുത്ത്
നാക്കിൽ നുണഞ്ഞപ്പൻ യാത്രയായി.....
കുട്ടിയാണന്നുഞാൻ; ഓർത്തിടുന്നു.
അപ്പൻ പഠിപ്പിച്ച ബാലമന്ത്രം!
'ഒപ്പത്തിനൊപ്പം കിളച്ചുകേറൂ
കുപ്പക്കുഴിയിലും വിത്തുപാകൂ....'
ഓരിന്റെ[16] പാടാണ്[17] മേലിലെങ്ങും[18]
ഓർമ്മയിലിന്നും ചേർസുഗന്ധം.....

---

15) നഞ്ച് - വിഷം
16) ഓര് - ചെളിക്കറ
17) പാട് - അടയാളം
18) മേല് - ദേഹം

സത്+ആചാരം= മര്യാദ

ചാരനിറമുള്ള പ്രാക്കൂട്ടങ്ങൾക്കിടയിൽ
വെള്ള നിറമുള്ള പ്രാവിനെ
നോക്കി നില്ക്കുമ്പോഴാണ്
പുറംതലയിൽ
ആദ്യമായ് പള്ളിവക സദാചാരമുദ്ര പതിഞ്ഞത്
അവരുടെ നോട്ടത്തിൽ
വെളുത്ത ചിറകുള്ള പ്രാവ്
പള്ളിയങ്കണത്തിൽ
വിരുന്നുവരും മാലാഖ;
    പള്ളിയിൽ കുറ്റപത്രം വായിച്ചപ്പോളാ-
                                        ണറിയുന്നത്;
    അവൾ സ്ക്കറിയാച്ചന്റെ മകൾ
    സെലീന
            മഴവില്ലിനെ
            കൺവെട്ടത്തുനിന്നഴിച്ചുകളഞ്ഞ്
            അവരെനിക്ക്
            തിരുവത്താഴം തന്നു.
'പ്രണയം-
കണ്ണുകളെ
അരക്കെട്ടിന്റെ ചലനത്തോളം
ചേർത്ത് വായിക്കുകയാണ്....'
    പിതാവിന്റെ ഇടയലേഖനം
ബറാനിലെ*
വിശുദ്ധകണ്ണുകളേ....വിട....

---

* *മജീദ് മജീദിയുടെ ഇറാനിയൻ സിനിമ*

ഒരു വറുതിക്കാല ഓർമ്മ

അടമഴയുടെ വറുതിക്കാലം
'മുള്ളുണ്ടു മുരുക്കല്ല.....
പാലുണ്ട് പശുവല്ല....'
കടങ്കഥകൾ നീട്ടിച്ചൊല്ലും
കളയാടിയ പ്ലാവിൻചോട്ടിൽ.....
വിളയാടിയ കുട്ടിക്കാലം
അടമഴയുടെ വറുതിക്കാലം......
കളയാടും പ്ലാവുകൾതോറും
പനയോലക്കൂടകൾ മൂടും
കണ്ണേറാൽ കളകൊഴിയരുതേ
വെണ്ണീറിൻ ക്രിയകൾ ചെയ്യാം....
കണ്ണേറാൽ ചക്ക വെടിച്ചാൽ
മണ്ണുണ്ടോ കണ്ടുസഹിക്കും.....
വേരിൻ കളയാടിവരട്ടെ
പുതുമണ്ണിൻ മണമൂറട്ടെ...
ചൊളയിറുക്കാനമ്മ പായ്‌വിരിച്ചു
കുരുപെറുക്കാൻ ഞങ്ങൾ കൂട്ടിരുന്നു...
പാലൊഴുക്കിക്കരിമുള്ളുചെത്തി
ചവിണിതിന്നാനാടു പടികടന്നു...
പിച്ചയ്ക്കുവന്നവർ 'മടലെടുത്തു'....
മിച്ചമായുള്ളതോ പൂഞ്ഞ്കാമ്പ്....
വേരിലും കായ്ച്ചു മുഴുത്ത ചക്ക
വെട്ടിപ്പകുത്തു വിളമ്പിനാട്ടിൽ....

ചക്ക മണത്തറിഞ്ഞെത്തി മുത്തി
മുത്തിയമ്മയ്ക്കുള്ള പങ്കുതായോ....
ദുരിശപ്പെട്ടെത്തിയ മുത്തിയമ്മേ
അരിശപ്പാടെന്തിത് പങ്കുതരാം......
കുളയട്ടകൾ ഒഴുകി നടക്കും
മണ്ണിരകൾ കുക്കിരികൂട്ടും
വയലോര വരമ്പുകൾ തോറും
പൊന്തിവരും കുമിളുകൾ തേടും....
അടമഴയുടെ വറുതിക്കാലം
വയറെരിയും കുട്ടിക്കാലം....
മാമ്പഴക്കാലത്തെടുത്തുവെച്ച
'അണ്ടി'യരച്ചൂറ്റിക്കഞ്ഞിവെച്ചൂ
ഉപ്പിന്റെ രുചിയന്നറിഞ്ഞു നമ്മൾ
കയ്പ്പുനീരൂറ്റിക്കുടിച്ചകാലം.....
ഉടുതുണിക്കൊരു മറുതുണിയുടുക്കാൻ
നാളുകളെത്രയോ പിച്ചവെച്ചു.
എങ്കിലും നല്കീ പഴന്തുണികൾ
അയലത്തെ'യോമന' പെറ്റനാളിൽ....
പച്ചമരച്ചീനിക്കാടിവെള്ളം
ഊറ്റിയുണക്കിയ കട്ടുമാവ്
അരയുറക്കം വിട്ടൊഴിഞ്ഞനേരം
അമ്മവിളമ്പിയ വറുതിയന്നും....
'വവ്വാലെന്തക തിന്നും....
പുന്നക തിന്നും....പേരക തിന്നും...'
കടങ്കഥകൾ നീട്ടിച്ചൊല്ലും
വിളയാടിയ കുട്ടിക്കാലം...
വവ്വാലാടിയ പുന്നമരത്തിലെ
കായ്കൾ പെറുക്കിവിറ്റോണമുണ്ടു.....
'കാലണ' 'അരയണ' 'എട്ടണ' തുട്ടുകൾ
എത്രയോ നാളത്തെ വെച്ചൊരുക്ക്....
അരിമാവിൽ ചുട്ടോരു ദോശതിന്നാൻ
കൊതിയൂറിയമ്മയെപ്പഴിപറഞ്ഞു
അടമഴക്കാലത്തെ വറുതിയന്നം
ഓർമ്മയിൽ കുടിനീരൊറ്റിറക്കി....
'കഠിനമരങ്ങൾക്കുമേലെയായി
കാച്ചിൽപ്പടർപ്പിലെ മേയ്ക്കവിത്ത്
ഞെട്ടറ്റുവീഴ്ത്തുന്ന കാറ്റിനായി
കഷ്ടകാലത്തിന്റെ കാത്തിരിപ്പ്...'
പഞ്ഞമാസത്തിൽ പഴുത്തകാലം

മുഞ്ഞപിടിച്ച വസന്തകാലം
വൻ* വീഴ്ചയൊന്നുമേ കണ്ടില്ല നാം;
പൊന്നരിവാളൊന്നുതെന്നിമാറി....
ചെങ്കൊടി നെഞ്ചിൽ കുഴിച്ചുനാട്ടി
വൻമഴയെത്ര നനഞ്ഞുനമ്മൾ.....
വീട്ടാധിയില്ലെന്റെ കൂട്ടുകാരെ
നാട്ടാധിയെന്നേ മറന്നുനമ്മൾ....
മണ്ണിൽ നാം തീർത്ത സങ്കീർത്തനങ്ങൾ
വിണ്ണോളമെത്താൻ കൊതിച്ചു നമ്മൾ....
അടമഴക്കാലത്തെ കൂണുപോലെ
കൊച്ചു പുഴു**ക്കളരിച്ചിറങ്ങി...
ഒരു നാൾ മുത്തിക്ക് ഭ്രാന്തിളകീ
കവലകൾതോറും വിളിച്ചുകൂവി:
'പൊലയാടിമക്കളെ നിങ്ങളെന്റെ
നെഞ്ചിലെ ***കൊടിനിറം പങ്കുവെച്ചോ...'
മുറ്റത്തുവീണു കിടന്ന ചക്ക
കാക്കകൾ കൊത്തിവലിച്ചിടുന്നു...
കുരുപെറുക്കാൻ വരും മുത്തിയമ്മ
വെറുമൊരു സ്വപ്നമായ് കടപുഴകി...
ചാമ്പിയ വാഴക്കൂമ്പിൻ നോവുപോൽ
ഓർമ്മയിൽ മുത്തിയും വഴിയടഞ്ഞു.....

---

* *വിപ്ലവത്തിനുപാകമായ കാലം നശിച്ചെന്ന ധ്വനി*
** *വിപ്ലവവീര്യം കെട്ടുപോയ പുതുതലമുറ*
*** *കമ്യൂണിസ്റ്റു പാർട്ടിയുടെ പിളർപ്പ്.*
കള- കുഞ്ഞുചക്ക, പുന്നക- പുന്നക്കായ്, പേരക- പേരയ്ക്ക, കഠിനമരം- വടവൃക്ഷം, വീട്ടാധി- നൊൾസ്റ്റാൾജിയ ദുരിശപ്പെടുക- തിടുക്കപ്പെടുക, പിച്ച- ഭിക്ഷ വിളയാടുക- കളിച്ചു നടക്കുക, മേയ്ക്കവിത്ത്- വള്ളിയിലെ കാച്ചിൽ, അണ്ടിക്കഞ്ഞി- മാവിന്റെ കുരുവരച്ചുണ്ടാക്കുന്ന കഞ്ഞി, മടല്- ചക്കയുടെ പുറം ചീള്, അരിശപ്പാട്- വെപ്രാളം, വൻവീഴ്ച- ബൂർഷ്വാഭരണകൂടത്തകർച്ച.

വയൽജീവി

കൊറ്റി
നിന്റെ ദാർശനിക പൂരണത്തിൻ
ദൃക്സാക്ഷിയല്ല;
കൊറ്റിയെ നോക്കി
അനുമാനങ്ങളാൽ
കുലമഹിമ വെടിയരുത്...

അപ്പൻ നിനക്കു നല്കിയ
കൃഷിപാഠങ്ങളിൽ
ഗുണപാഠങ്ങളുണ്ട്
ഗുണവിജ്ഞാനമുണ്ട്;
ദാർശനിക അപദാനങ്ങൾ ചികയരുത്.

തലച്ചുമട്-
വഴുക്കലുള്ള വയൽവരമ്പ്
പെരുവിരൽ, ഉപ്പൂറ്റി
മെല്ലെയൂന്നി
ശിരസ്സുവിറയ്ക്കാതെ
കഴുത്ത് തെന്നാതെ
മുട്ടുകാൽ വളയാതെ
ഇരുകാൽ പിണയാതെ
അടരുകളിളകാതെ

ചുവടെടുക്കാൻ മറക്കരുത്.
    വയൽവരമ്പിൽ-
    കൊറ്റി വെറും കാഴ്ചക്കാരൻ
    ചേർവരമ്പിൽ
    ഇളകിത്തെറിക്കും
    വയൽജീവിക്കറിയാം
    അതിന്റെ ഊഴം.
ഉത്തമനായ വയൽജീവിയിൽ
ലക്ഷണമൊത്തവൻ നീ....
തലച്ചുമട്
മണ്ണുരം
ധാന്യം
ഉറപ്പുള്ള ഉപ്പൂറ്റി
ചേറോരാൽ ചെമ്പിച്ച ത്വക്ക്
നഖച്ചുറ്റിൽ ചെളിക്കറ
വിതച്ചതിൽ പാതി
കൊയ്തതിൽ പാതി-
ഉൽക്കണ്ഠ അരുത്.
    തറസ്ഥാനം
    ഇടം
    പാല
    പടുക്ക
    പൂപ്പട-
    സ്വർഗ്ഗച്ചൂരില്ലാത്ത
    കുലമൂർത്തി പരമ്പര...
മണ്ണാൽ പിറന്ന്
മണ്ണാലൊടുങ്ങുന്നു
മണ്ണാണ് ബ്രഹ്മം;
മണ്ണന്നമാകുന്നു....
മുന്നാലെ പോയവർക്കൊരു കുമ്പിൾ വായ്ക്കരി....
    കൃഷി പാഠത്തിൽ
    ഗുരുസ്ഥാനികരില്ല;
    തത്വജ്ഞാനം
    ആത്മീയം
    സ്വർഗ്ഗീയം-
    വെറും പാഴ്വേല.

ജ്ഞാനം സഹജം-
അനിവാര്യത
ആപേക്ഷികത
വയൽജീവിക്കന്യം;
ആകയാൽ
നീ വ്യാഖ്യാനിക്കാവുന്ന വയൽ സ്വത്വമല്ല.
വയൽജീവിയെ നോക്കി
വ്യാകുലപ്പെടരുത്
കൊറ്റി മുതൽ
കുളവാഴയിലെ ചെറുപ്രാണിവരെ-
ചിന്തകൊണ്ട് ചികഞ്ഞുനോട്ടം അരുത്.
എതിർശബ്ദത്തെ
ചലനത്തെ
സ്പർശത്തെ- ഭയക്കരുത്
തവള
നത്ത
ആമ
നീർക്കോലി
മാനത്തുകണ്ണികൾ-
വയൽച്ചേറിൽ നിന്നെ അനുഗമിക്കും-
ആകയാൽ
യുക്തിബോധം വെടിയുക.
പക്ഷികൾ
പാഴ്പ്രാണികൾ
വയൽജീവികളൊക്കെയും
നിന്നെ നിരീക്ഷിക്കും....
പുള്ള്
ചിത്തിര
ഇരട്ടവാലി
ഉപ്പൻ
പനംതത്ത-
പക്ഷികൾ
നിന്റെ വള്ളിധാന്യങ്ങൾ കൊത്തിച്ചികയും
പക പക്ഷികളോടരുത്
മൃതഭാഷകൊണ്ടവറ്റയെ
ആട്ടിയോടിക്കരുത്...
ദൈവത്തിനുള്ള അംശം

പക്ഷിക്കന്നമാകട്ടെ...
നിനക്ക്
ശിരസ്സൊരു ചുമടുതാങ്ങി
ശരീരത്തെ ഉറപ്പിച്ച ബലതന്ത്രം
കഴുത്തുറച്ചതിനാൽ
നീ ലക്ഷണമൊത്ത വയൽജീവി-
ഉടൽ ഉപേക്ഷിക്കേണ്ട പരാന്നഭോജിയല്ല...
ബുദ്ധനും
ക്രിസ്തുവും
നിന്റെ ഉടലിൽനിന്ന്
ആത്മാവിനെ കണ്ടെത്താതെ മടങ്ങും.
നീ ഉത്തമനായ വയൽജീവി-
ഒറ്റ ദേഹത്താലൊടുങ്ങും ആത്മശരീരി....
ബുദ്ധനെ ചിരിപ്പിക്കും
ക്രിസ്തുവിനെ ചൊടിപ്പിക്കും
യഹോവ
നിനക്കുനേരെ പുലഭ്യവർഷം ചൊരിയും;
മഴയും
വെയിലും
ഋതുക്കളും
നിന്നിൽനിന്നപഹരിക്കാൻ
അവതാരങ്ങളെ ഭൂമിയിലേക്ക്
ആട്ടിപ്പായിക്കും...
ഒറ്റജന്മത്താൽ
തൊട്ടുനമിക്കുന്നു നീ
മണ്ണിനെ.....
ആമ കെട്ടാലും
കെടില്ലതിൻതോട്...........
ദേഹിയല്ലനശ്വരം ....
നീ
ശരീരത്തിൽ നിന്നും ആത്മാവു വർജ്ജിച്ച
വയൽജീവി....
സ്വർഗ്ഗത്തിന്റെ അനുശാസനകൾ ലംഘിച്ച്
ഋതുക്കൾ നിന്നെ ഘോഷിക്കും...
അക*ന്നാൾ ദോഷത്താൽ

* മരണത്തിനായ് കാലദൂതന്മാരുടെ കാത്തുനില്പ്.

അകലില്ല
വയൽജീവിതൻ മരണം...
ആരാരുമറിയില്ല പക്ഷിതൻ വിയോഗം;
ആകയാൽ
സ്വർഗ്ഗവിരുന്നല്ല ശേഷക്രിയ.......
വയൽജീവിതൻ വരവിളി
പൊലിഞ്ഞുറയുന്നു മണ്ണിൽ.........
ജ്ഞാനമൂർത്തിയായ് നോക്കിനില്പൂ
സൂര്യൻ;
ഊതിമിനുക്കിയ ക്ഷരശരീരി....

മരങ്ങൾ
ചില ദൃശ്യനോവുകൾ.....

ആമരമീമരമേതുമരം
മാമലകാവലായ് ഉങ്ങുമരം.....
    പച്ചത്തണലുള്ള കൊച്ചുതോപ്പിൽ
    വട്ടക്കുളം മെല്ലെ കണ്ണടച്ചു......
    അന്നീക്കുളത്തിന്റെ കാവലാളായ്
    പുല്ലൂർക്കാളിയും കണ്ണടച്ചൂ....
    ആനയും പാപ്പാനും ആണ്ടുപോയ
    മുത്തപ്പൻകാവിലെ ഉറവമൂടി-
    മൂക്കുന്നിമലയുടെ വേരറുത്തു
    കുളവാഴപൂക്കും കടവു മൂടി.....
ആമരമീമരമേതുമരം
ആൽമരം കാവലായ് നാല്ക്കവല
    പത്തുനൂറായിരം പറവകൾക്ക്
    കൊക്കിലൊതുങ്ങുന്ന കൊറ്റുനല്കും..
    പച്ചത്തവളകൾ ഒച്ചവെക്കും
    പാലാർമടയ്ക്കെന്ത് കർമ്മദോഷം.....
    മണ്ണിന്റെ വന്ധ്യത നെഞ്ചിലേറ്റി
    പുഞ്ചനെല്പാടവും കണ്ണടച്ചൂ....
ആമരമീമരമേതുമരം
വേനൽക്കനിവിന്റെ വാകമരം....
    ഇടതൂർന്ന കൽമതിൽ കൂട്ടിമുട്ടി
    ഇടവഴിപ്പാതകൾ ഓർമ്മയായി...
    ഇടവപ്പാതിക്ക് കുളിരുനല്കും

തെച്ചിയും കൈതയും പട്ടുപോയി....
നാട്ടുവഴികളെ ചൂണ്ടിനില്ക്കും
പുന്നയും വാകയും ഓർമ്മയായി.....
ആമരമീമരമേതുമരം
ആഴിമലയിലെ ഞാവൽമരം
പ്രേമങ്ങളെത്രയോ പൂത്തുലഞ്ഞു
ഊടുവഴിപ്പാത കാവൽനിന്നു
പച്ചദലങ്ങൾതൻ നെഞ്ചകത്ത്
മൊട്ടിട്ടമോഹത്തിനുൾത്തുടിപ്പ്
*കാട്ടുമുള്ളിൻ മുനകോർത്തുവെച്ചു
ചിത്രലിപിയിലെ കൊച്ചുസ്വപ്നം....
ആമരമീമരമേതുമരം
അസ്ഥിത്തറയിലെ പാലമരം..
ചെഞ്ചോരവിത്തുകൾ വെമ്പിനില്ക്കും
മഞ്ചാടിമരമൊന്നുലഞ്ഞുവീണു
പച്ചനിറമുള്ള സീതത്താലി
ഒച്ചുകൾ വെട്ടി മുറിച്ചുതള്ളി....
ആഴാകുളത്തിലെ കല്പടവിൽ
ആരോ പിഴപ്പിച്ച ഉണ്ണിമായ
ഒറ്റക്കുരുവുള്ള കണ്ടയ്ക്ക**യിൽ
പാഴ്മരമായിപ്പതുങ്ങിനിന്നു.....
ആമരമീമരമേതുമരം
ആറ്റിൻകരയിലെ പൂവരശ്...
ആറ്റുവാതയ്ക്കൊന്നുറഞ്ഞുതുള്ളാൻ
ചോലമരങ്ങളും കാവൽ നിന്നു
ദംഷ്ട്രയിൽ പുഞ്ചിരി പൂത്തുലഞ്ഞു
രൗദ്രഭാവങ്ങളും ആർദ്രമായി...
അമ്മയെന്നാൽ വെറും കോലമല്ല;
നെഞ്ചിൽ തീയാളും കാലയക്ഷി....
ആമരമീമരമേതുമരം
പനയേറി കടൽകണ്ട കല്പവൃക്ഷം.
കാരിരുമ്പിൻ കരുത്തുള്ള വൃക്ഷം
ആദിധാമത്തിന്റെ ബോധിവൃക്ഷം
രാജധർമ്മം വെറും കെട്ടുകാഴ്ച
കാമലബാധിച്ച പൊട്ടുവിദ്യ

---

* *പ്രേമം സഫലമാകുമോ എന്നറിയാൻ ഇടവഴിപ്പാതയിലെ കാട്ടുപുറുത്തി (ആനപ്പുറുത്തി - കാട്ടുകൈത) യിലത്തുമ്പത്തെ മുള്ള് കോർത്ത് വെച്ച് ഇളകുന്നുണ്ടോ എന്ന് കമിതാക്കൾ നിരീക്ഷിച്ചിരുന്നു.*

** *കണ്ടയ്ക്ക - ഒരു വിഷക്കായ*

നാരായ*നാവിൻ വിഷമിറക്കാൻ
തളിരോല വെട്ടിയുണക്കി നല്കി
ആഢ്യന്റെ സായുജ്യപാതകങ്ങൾ
പനയണ്ടി** ദൈവങ്ങൾ കണ്ടുനിന്നു....
പലായന***ത്തിന്റെ ദുർദ്ദിനങ്ങൾ
മൂലയിൽപ്പോയൊന്നുമുറിവുണക്കാൻ
കരിമലമേലെ കരിമ്പനയിൽ
എരിനാഗയക്ഷിയെ തുയിലുണർത്തി....
കാലം കരിമ്പന കണക്കേ കിളന്നു കണ്ടു....
കാലം കടൽ കണക്കേ പരന്നുകണ്ടു.....

---

* *തിരുവിതാംകൂറിന്റെ തെക്കുകിഴക്ക് മേഖലയിൽ മാതൃഭാഷാ പഠന നിഷേധത്തിനെതിരെ നടന്ന നാടാർ പ്രക്ഷോഭം ഓർക്കുക*

** *പനയണ്ടി - പനങ്കുരു - പ്രാചീന തിരുവിതാംകൂറിലെ പനങ്കുരുവിലെ മുഖത്തെഴുത്ത്*

*** *ജാതിബ്രാഹ്മണരും രാജകിങ്കരന്മാരും ദരിദ്ര ദ്രാവിഡ ഗോത്രമായ കീഴാള നാടാർ വിഭാഗത്തെ ആൾപ്പാർപ്പില്ലാത്ത കരിമ്പനക്കാടുകളിലേക്കും തരിശുമൂലകളിലേക്കും(കാക്കാമൂല, വവ്വാമൂല, ആട്ടറമൂല...) ആട്ടിപ്പായിച്ച പലായനത്തിന്റെ ദുർദ്ദിനങ്ങൾ - ആഢ്യ ചരിത്ര പാഠങ്ങളിൽ ഇടം കാണാതെ പോയി. അവരെ ചാവടികളിൽ വിചാരണ ചെയ്ത് ക്രൂരമായി പീഡിപ്പിച്ചു.*

വിപ്ലവകാരിയുടെ സായന്തനം

നീ
കൊല്ലപ്പെട്ടത്
കൊലചെയ്യപ്പെട്ടത്
വൈകിയാണ് ഞാനറിഞ്ഞത്.
വെടിയുണ്ടകൾ
തുളഞ്ഞുകയറിയ ശരീരം
നിന്റേതാണെന്ന് സ്ഥിരീകരിക്കപ്പെട്ടതും
വൈകിയാണല്ലോ.....
    ദീർഘനിദ്ര-
    കുട്ടിക്കാലത്തേ നിന്റെ വിനോദം.
കല്പാന്തകാലത്തിനുമപ്പുറം
ശിഷ്ടായുസ്സിനുമപ്പുറം
ഉറങ്ങാൻ അനന്തകോടിവർഷങ്ങൾ ....
അപാരത....
ഉറക്കം നടിക്കുന്നവരുടെ കാലത്ത്
ഉണരാതുറങ്ങിപ്പോയവരുടെ
സുകൃതം - പരമനിദ്ര.....
        അടയാത്ത കണ്ണുകളെ;
        കണ്ണുകൾക്കിടയിലെ ചുംബനസ്ഥാനത്തെ
        അവർക്കെന്നും ഭയമായിരുന്നു....
തിരക്കിനിടയിൽ

നിന്നെയോർക്കാൻ
നിന്റെ മരണംതന്നെ നിമിത്തമായി...
അതും വീണുകിട്ടിയ ഒരുതുണ്ടുസമയം
പന്ത്രണ്ടാം നിലയിലെ ഒരു കുടുസ്സുമുറി
ഭയത്തിന്റെയും
ഭയപ്പെടുത്തലിന്റെയും വിങ്ങലിൽ
സ്ഥലകാലബോധമില്ലാതെ....
ഉറങ്ങുക.....
അലോസരപ്പെടുത്തുന്ന
എല്ലാ ജൈവസ്വരൂപങ്ങളും അഴിച്ചുമാറ്റി
ആത്മാവിൽ
ആവരണങ്ങളുടെ ഭാരമില്ലാതെ.....
പരന്ന പാടങ്ങൾക്കരികിൽ
തുറന്നിട്ട ജാലകം-
കനുസന്യാലിന്റെ ജ്ഞാനമർമ്മരങ്ങൾ
ക്രോധത്തിൽ കരുണപോലെ....
വിപ്ലവകാരിയുടെ
സായന്തനത്തെ
വ്യർത്ഥജീവിതത്തെ
വന്യസാഹസം പ്രലോഭിപ്പിക്കുന്ന വിധിയെ
കണക്കറ്റ് പരിഹസിച്ച്
ചാറ്റിയ* അർദ്ധരാത്രി
ഹൃദയം വിങ്ങി നീ കരഞ്ഞത് ഞാനോർക്കുന്നു....
മനുഷ്യസ്നേഹത്തിന്റെ
ലാവാപ്രവാഹത്തിന്റെ ചൂട്
എത്ര വിദൂരതയിൽ നിന്നും ഞാനനുഭവിച്ചു....
ബൊളീവിയൻ കാടുകളുടെ പച്ചപ്പല്ല
നമ്മുടെ മലനിരകളുടേത്.....
ലോകത്തോട് പരസ്യമായ് സംസാരിക്കാൻ
നിനക്കെന്ത് കുലമഹിമ?
അവരുടെ പുരുഷാരങ്ങളെ
അപഹരിക്കാനാണോ നിന്റെ പുറപ്പാട്?
നിന്റെ വിപ്ലവവീര്യം
നിർജ്ജീവമാക്കാൻ
ഞാനെത്രയോ പരിഹസിച്ചു...

* *Chatting*

മദ്ധ്യവേനലവധിക്കാലം
നീ പുതച്ചുറങ്ങുന്നതോർമ്മവരുന്നു
'ഹൊ മഹായുദ്ധത്തിനുമുമ്പുള്ള കുംഭകർണ്ണനിദ്ര'
അച്ഛന്റെ കയ്പ്പുള്ള കളിയാക്കൽ
അറം പറ്റിയ ദീർഘദർശനമായോ?
നീ സൂര്യനെ ഭയന്ന്
നിലാവിനെ ഭയന്ന്
ഇരുൾവഴികളിൽ
നിഴലിന്റെ ഓരംപറ്റി കാട്ടിലലയുമ്പോൾ;
ഭൂതകാലം മരവിച്ച്
എന്റെ ദിനരാത്രങ്ങൾ
എന്നെ ഇരുന്നുറങ്ങാൻ ശീലിപ്പിച്ചു.
അന്നം
ആവാസം
ആദിവാസി-
ഇരുൾവഴികളിൽ നിന്റെ ജപമന്ത്രം-
'ആദിവാസി ആശയുള്ള ഒരാൾക്കൂട്ടമല്ല.....'
നിന്റെ സ്വപ്നങ്ങളെ
വിപ്ലവദാഹത്തെ
മനുഷ്യസ്നേഹത്തെ
മൾട്ടിറ്റ്യൂഡിന്റെ മഹാവിസ്ഫോടനത്തെ
എന്റെ
കോർപ്പറേറ്റ് വ്യാമോഹങ്ങൾ
ആവോളം അരുംകൊല ചെയ്തു.
ഓർമ്മയുടെ ജാലകം
അടയുകയാണ്....
പടിഞ്ഞാറ് വിശുദ്ധകാഹളം മുഴങ്ങുന്നു....
നാളത്തെ ടാർജറ്റ്...
അമേരിക്കൻ ആശുപത്രി-
ഗുഹ്യരോഗികൾക്കുള്ള മരുന്ന്....
സപ്ലൈ..... റിപ്പോർട്ട്.......
സി എം....* ആർ എം......**

---

* *Country Manager*
** *Regional Manager*

ശകാരം ശകാരിക്കൽ
നോക്കെത്താ ദൂരത്ത് മറ്റൊരു ഫ്ളാറ്റ്.....
കടൽ-
ഉദയം.... അസ്തമയം
കുടി...... കിടപ്പ്
ക്ഷണിക ഭോഗം......
ക്ഷണിക ധ്യാനം......
യോഗ...... ശവാസനം....
ടോക്ക്യോ......... ലണ്ടൻ.....
മുംബൈ...... ന്യൂയോർക്ക്......
പ്രജ്ഞയിൽ മഹാനഗരങ്ങളുടെ പ്രളയകാലം......
തമോഗർത്തച്ചുഴലി....

ദണ്ഡകാരുണ്യത്തിൽ നിന്നൊരു പുള്ളിപ്പുലി....

വെളിപാടുകാലത്തെ
പുതപ്പിക്കുന്നു
രക്തത്താൽ
മുഷിഞ്ഞ നിന്റെ
പടച്ചട്ട.............
വേഴ്ചക്കാരുടെയോ
ഗന്ധർവ്വന്മാരുടെയോ
ഊടുവഴികൾപോലെ
എളുപ്പമല്ല;
രാവെളിച്ചത്തിലെ
നിന്റെ സഞ്ചാരമാർഗ്ഗം..............
വിപ്ലവം
വിശുദ്ധന്മാരെ
സൃഷ്ടിക്കുന്നില്ല............
ശാരീരിക ദൗർബല്യം
കോപമായ് വെളിപ്പെട്ടതാകാം
ചെഗുവേരയുടെ
ക്യൂബൻ വസന്തം
ഗാന്ധിസുഹൃത്ത്
മിതവാദിമനസ്സുകൊണ്ടൊന്നുകുത്തി.
പരമദ്രോഹീ............
ഞാൻ അലറി വിളിച്ചു.

യുവത്വം
കമ്യൂണിസത്തിലൂടെ
കടന്നുപോകട്ടെ..........
ഗാന്ധിസൂക്തം ഉരുവിട്ട്
അവനെന്റെ മസ്തിഷ്കം തണുപ്പിച്ചു.
വരട്ടുവാദം
തികട്ടവേ;
പറഞ്ഞുവന്നപ്പോൾ
കയറിവന്നു
മാർക്സിനും
ഗാന്ധിക്കും
ഇടങ്കോലിട്ട്
മാവോ രൂപേഷ്.........
ഞാൻ നിന്റെ
വയനാടൻ ചെഗുവേരയെ
സ്വപ്നത്തിൽ കണ്ടു..........
സംവദിച്ചു.
പാറകൾ വഴുക്കുന്ന മഴക്കാലം
നിറയെ അട്ടകൾ..........
അവൻ കാടിറങ്ങുകയാണ്........
നാടുകാണാനിറങ്ങിയ
പുള്ളിപ്പുലി...........
വർഗ്ഗീസിനോളം നെഞ്ചുറപ്പില്ല.............
ആളും ആരവവുമില്ലാതെ
കാടിറങ്ങുന്നു ഭീരു-
ഞാൻ ഉള്ളാലെ പരിഹസിച്ചു.
വാസ്തവത്തിൽ
അവനെ കണ്ടാൽ പറയില്ല;
അമാനുഷികനായ യോദ്ധാവെന്ന്......
നൂറുപൂക്കൾ
ഒറ്റശ്വാസത്തിൽ
ഊതിവീർപ്പിക്കാൻ കെല്പുള്ളവനെന്ന്.....
പൃഷ്ഠം ചുവന്ന കുരങ്ങിനോളം
സൂര്യതേജസ്സായ്
വന്മല ചാടിക്കടക്കാൻ കെല്പുള്ളവനെന്ന്......
എനിക്കൊരർദ്ധനാരീശ്വരനെ കാട്ടിത്തരൂ.......
അവൻ ആകാശത്തിലേക്ക്
തോക്കു ചൂണ്ടി ആക്രോശിച്ചു.
ആദിവാസി വംശഹത്യക്ക്

ഒരനശ്വരസ്മാരകമായ്
ഉന്നം വെക്കാൻ
നിനക്കൊരർദ്ധനാരീശ്വരനെ കിട്ടുക
അസാദ്ധ്യം
    ഞാൻ തോക്കിൻകുഴൽ വിപ്ലവത്തെ
    പരിഹസിച്ചു.
പകൽവെളിച്ചത്തിൽ
നിറയൊഴിക്കാൻ പാകമാകുമ്പോൾ
ഞാൻ നിനക്കൊരു ചെങ്കൊടിതരാം
ചെങ്കോട്ടയിൽപോയ് പാറിക്ക്....
ഗോഡ്സെയുടെ ചിതാഭസ്മം
സിന്ധുവിലൊഴുകുന്ന നാൾ വിദൂരമല്ല......
പക്ഷേ,
നിനക്കുകിട്ടില്ല;
സത്യം തുറന്നുപറയുന്ന
ഖദറണിഞ്ഞ ഒരു സസ്യഭുക്കിനെ
ഫലേച്ഛകൂടാതെ
കർമ്മം ചെയ്യാൻ പ്രാപ്തനായ
ഒരു ഇരയെ.....
    ഉച്ചസൂര്യൻ അത്രമേൽ കെടുത്തിക്കളഞ്ഞു
    അതിന്റെ ശുഭ്രതേജസ്സ്.......
കർമ്മമെന്ന വാക്കിലുണ്ട്
സ്വത്വമെന്ന ദുർമ്മദം.......
ഗോഡ്സെയെപ്പോലെ
നീണ്ട 66 വർഷം
ചെങ്കോട്ടയിൽ സുഷുപ്തിയിലാവാൻ
ക്ഷമയുണ്ടോ നിനക്ക്?
ഉറപ്പ്;
ചരിത്രം നിന്നെയും
നീ ചരിത്രത്തെയും മറക്കും
മാവോ നിന്റെ ചെവിയിൽ മന്ത്രിക്കും;
വിടരുന്ന പുഷ്പം ക്ഷണികം
    കരഞ്ഞാലും
    കാർക്കിച്ചു തുപ്പിയാലും
    നിനക്കു നഷ്ടം ഒരിറ്റുമിനീർ......
    അശുഭാപ്തിയുടെ
    ആഴക്കടലിൽ
    ഞാനവനെ മുക്കി..........
പാലക്കാടൻ മട്ടയിൽ

ചെറുപയറിട്ടുകുറുക്കിയ;
ഉപ്പുസമം
ചൂടാറാത്ത കഞ്ഞി........
ഒരല്പം കഴിച്ചിട്ടാകാം.......
വിപ്ലവകാരിക്കാശ്വാസം
അരണ്ട വെളിച്ചം-
ഈ രാത്രി നമുക്കുള്ളതാകട്ടെ.......
അമ്മയുടെ
കൈയിൽ നിന്നും
അന്നം നിരസിക്കുന്ന
പുത്രയോഗിയെപ്പോലെ
ഗൃഹാതുരത്വത്തിന്റെ
ചൂര് തട്ടുമെങ്കിൽ
ഞാൻ നിന്നെ നിർബ്ബന്ധിക്കുന്നില്ല........
പുലിമട
ബർണാണിയിലോ
ബത്തേരിയിലോ......... ?
കുടകുമല കയറുമ്പോൾ സൂക്ഷിക്കണം
കുടകൻ
പണിയനുവെച്ച കെണിയുണ്ട്........
മലയിറക്കം
ഏതു വഴിയായിരുന്നു ?
കമ്പോഡിയ.........
വിയറ്റ്നാം......
ആറളം.......
ചതിരൂർ 110 കോളനി....
ഇടപ്പുഴ........
ചോർന്നൊലിക്കുന്ന
പണിയക്കുടിൽ കണ്ടുവോ ?
ഇരുട്ടിലെന്തെറിയാൻ......
ഞമ്മട പണിയനെ കൊടകൻ പിടിച്ചേ
ഞമ്മട കൊടകനെ പുലിപിടിച്ചേ.....
രൂപേഷ് ....
കേൾക്കുന്നുണ്ടോ ആ ഈരടികൾ.....
മടക്കയാത്ര
ദണ്ഡകാരണ്യത്തിലേക്കോ?
കയറ്റിറക്കങ്ങളിൽ
വഴുക്കലൊരുപോലെയെന്ന
മഹാസത്യം

ഒരു സെൻ ഗുരുവിന്റെയും
ഗുരുത്വമില്ലാതെ നീ പഠിച്ചു.

രൂപേഷ്
പിന്നോട്ടു നോക്കരുത്
തിരുസ്നാനത്തിനും
തിരുവത്താഴത്തിനും
കുരിശുനിന്നെ പ്രലോഭിപ്പിക്കും.........
ഞാൻ കണ്ട ചാനൽ ചിത്രത്തിൽ
നീ പടച്ചട്ടയണിഞ്ഞു കണ്ടു.......?
നീ ഗറില്ലയായ് രൂപാന്തരപ്പെട്ടെന്നോ?
നിന്റെ ശബ്ദം ഭൂകമ്പമാപിനികളെ
ചലിപ്പിക്കുമെന്നോ?
നിന്റെ കണ്ണുകൾ ചെഗുവേരയുടെ
നിഴൽ പറ്റി തിളങ്ങുമെന്നോ?
കൊമ്പൻമീശയുള്ള യോദ്ധാവായ്
നീ വിണ്ടും കാടിറങ്ങുമെന്നോ?
രൂപേഷ്
സൂക്ഷിക്കുക
ഭരണകൂടത്തിന്റെ പങ്കുപറ്റി
പത്രങ്ങൾ നിന്നെ ചതിക്കും
നിന്റെ പല്ലുകൾ പറിച്ചെടുക്കും
പല്ലുകൊഴിഞ്ഞ നിന്നെ
വിശുദ്ധനാക്കും......

അവർ മിസ്റ്റിക്കുകളുടെ കവിതചൊല്ലി
നിന്നെ മയക്കും
നിനക്കായ് തുറന്നിടുന്ന വാതിൽ
വന്ധ്യംകരിച്ച
വിപ്ലവകാരികൾ പോയ
ഊടുപാതയിലേക്കുള്ളതാണ്........
നിനക്കു മുകളിലെ ആകാശത്ത്
ഒറ്റ നക്ഷത്രവും കാണില്ല........

മധുര*മുള്ള മഞ്ഞുതുള്ളി പൊഴിയുന്നതും കാത്ത്

(ഡോ. ബിനായക് സെന്നിന്)

പുരോഹിതന്റെ
അനുഗ്രഹം
വിഷജീവിയുടെ ദംശനം പോലെ....
ന്യായാധിപന്റെ
അനുഗ്രഹം
ദംശനത്തിനൊടുവിൽ
വിഷസർപ്പം
മുറിനാവാൽ തഴുകുന്ന പോലെ......
    നിത്യത
    നിരാലംബന്റെ സ്വപ്നമല്ല.
    നിശ്ശബ്ദത
    നിർദ്ധനന്റെ നിർവ്വാണവുമല്ല.
ഇറക്കിവെച്ച ഭാരം
വീണ്ടും കയറ്റിവെച്ച പോലെ
    കോടതിവിട്ടിറങ്ങിയവന്റെ സാക്ഷ്യം
മധുരമുള്ള
മഞ്ഞുതുള്ളികൾ പൊഴിയുന്നതും കാത്ത്
എത്ര തലമുറയുടെ ആയുസ്സാണ്
ആദിമ ചൈനക്കാർ ബാക്കിവെച്ചത്?

---

* *സദ്ഗുണമുണ്ടാകുമ്പോൾ ആകാശത്തുനിന്നും മധുരമുള്ള മഞ്ഞുതുള്ളി പൊഴിയുമെന്ന ചൈനീസ് പഴമൊഴി*
Seeing through the stone; A tale from the Maoist Land' by Diptendra Ray Chaudhari

താവോ
ക്ഷമയുള്ളവന്റെ ഉമിനീര്......
മാവോ
ക്ഷമ നശിച്ചവന്റെ നെടുവീർപ്പ്.......
സൂര്യനിഴൽ നോക്കി അവർ പറയും.
ടിബറ്റിൽ
ലാമമാർ
ആകാശത്തിനരികിലെത്തിയിട്ടും
മധുരമുള്ള മഞ്ഞുതുള്ളി അപ്രാപ്യം.
സുതാര്യമായ വെണ്ണക്കല്ലുകൾ
തേടിപ്പോയ
ബിനായക്സെൻ
താങ്കളുടെ സ്റ്റെതസ്ക്കോപ്പിൽ
ന്യായാധിപന്മാരുടെ ഹൃദയം
എപ്പോഴും മിടിക്കണമെന്നില്ല.......
അഭിധാവനം ചെയ്യപ്പെടുന്ന
ആദിവാസിക്ക്
ആര്യാവർത്തത്തിൽ
ഏത് ഗോത്രപാരമ്പര്യമാണ് ബാക്കിയാവുക?
എത്രസൂര്യാസ്തമയങ്ങളാണ് ആയുസ്സിൽ അവശേഷിക്കുക?
ആവാസമേഖലകൾ അന്യമാകുമ്പോൾ
പുല്ക്കുടിലുകൾ അഗ്നിക്കിരയാകുമ്പോൾ
ആർപ്പുവിളികളോ
ആരവങ്ങളോ ഇല്ലാതെ
യന്ത്രകൈകൾ
മണ്ണടരുകൾ മാന്തിപ്പൊളിക്കുമ്പോൾ,
കവികൾ
അവർക്കു നല്കിയ കാല്പനികതയുടെ ഭൂപടം
മണ്ണിൽ നിന്നും മാഞ്ഞുപോകുമ്പോൾ,

കടൽവെള്ളത്തിന്റെ
ലവണരുചിയറിയാത്ത
ആദിവാസിക്കുട്ടികളെ തഴുകിയ
ദാലിയുടെ
പ്രിയപ്പെട്ട ഈച്ചകൾ
ഒലിവുമരങ്ങളുടെ ഇലകളിൽ നിന്നിറങ്ങി
താങ്കൾക്കുചുറ്റും വട്ടമിട്ടുപറക്കുമ്പോൾ
പ്രിയപ്പെട്ട
ബിനായക് സെൻ

താങ്കളറിയും
താങ്കൾ കാത്തിരുന്ന മഞ്ഞുതുള്ളിക്ക്
രക്തസാക്ഷി
ഇറ്റിറക്കിയ കണ്ണുനീരിൻ ചവർപ്പെന്ന്......
കാട്ടുകിഴങ്ങുകൾ
മാന്തിത്തിന്നാൻ മാത്രം
മണ്ണെന്തിന്?
നീതിപീഠങ്ങൾ താങ്കളോട് ചോദിക്കും
പൂർവ്വികർ
ആണ്ടുപോയ ആഴങ്ങളോളം
മാന്തിയെടുക്കും
പുറംമണ്ണിൽ നിന്നും അകംമണ്ണിലേക്കുള്ള വഴിയടയാളം
ബാക്കിവയ്ക്കാതെ......
ആകാശത്തിലെ
കടൽവെട്ടം മറയ്ക്കപ്പെടും;
ചരിത്രവിസ്മൃതിയിലേക്ക് പലായനം ചെയ്യപ്പെടുന്ന
ആദിവാസിക്കണ്ണിൽനിന്ന്......
ബിനായക്സെൻ
താങ്കളുടെ സ്റ്റെതസ്ക്കോപ്പിൽ
ഫോസിലുകൾ സ്പന്ദിക്കുന്നത്
വിശ്വസനീയമെന്നു പറയാൻ
ഒരു ചരിത്രകാരനും
സാക്ഷിക്കൂട്ടിൽ
കയറില്ല.....
തെളിവില്ലാതെ
ന്യായാധിപന്മാർ തള്ളിക്കളയും;
ചരിത്രം മറന്നുപോയ
വഴിയടയാളങ്ങൾ.....
വൈരുദ്ധ്യങ്ങളിൽ സ്വരൈക്യമില്ലാതെ
വർഗ്ഗസംഘർഷങ്ങൾ മലടാകും;*
ഛത്തീസ്ഘട്ടിലെ
മണ്ണടരുകളിൽ ഉറവ തേടിയ
ശങ്കർ ഗുഹ നിയോഗിയുടെ
നിയോഗം പോലെ.....

---

* *വന്ധ്യമാകുക*

പുറംകുടുമയിലെ വേദസൂര്യൻ

പ്രവാചകന്മാരും
കരുതിയില്ല;
സൂര്യൻ
അസ്തമിക്കുന്നതിനാൽ
മനുഷ്യകുലം പെറ്റുപെരുകുമെന്ന്.....
രതി;
അവരോഹണകാലത്തും
ആരോഹണകാലത്തും
രാത്രികാല കായികവിനോദം
ഒരു ഡെക്കാമറൻ
തിരുശേഷിപ്പായ്
അത് ദൈവകുലത്തെ
അലോസരപ്പെടുത്തുന്നു....
ജനപഥങ്ങൾ
വെളിച്ചത്തെ ഭയന്നു
നേത്രധർമ്മം മറന്നു;
ഇരുട്ടിനെയും
വെളിച്ചത്തെയും
അപഗ്രഥിച്ച്
വേദസൂര്യനെ
പുറംകുടുമയിലൊളിപ്പിച്ച
ആര്യ ഗോത്രത്തെപ്പോലെ......
    ഗോത്രത്തിനു പുറത്തായതിനാൽ

നമ്മാളാരും സൂര്യന്റെ
രാശിചക്രം നോക്കിയില്ല
നേത്രധർമ്മം മറന്നില്ല
വെളിച്ചം
ദു:ഖമാണെന്നും
തമസ്സ്
സുഖമാണെന്നും
കരുതിയില്ല......
രാത്രി പെറ്റിട്ടതെന്നോ
പകൽ പെറ്റിട്ടതെന്നോ
തിരക്കിയില്ല.....
സൂര്യനെ മറയ്ക്കാൻ
പുറംകുടുമ കെട്ടിയില്ല.....
പുതുകാലം വന്നു
പുതുകവികൾ വന്നു
സൂര്യന്റെ മറുമുഖം കണ്ടു.....
അസ്തമിക്കാത്ത സൂര്യനെ
കടൽകാട്ടി ഭയപ്പെടുത്തിയില്ല.....
പടയോട്ടങ്ങൾക്കായ് രഥം കെട്ടിവലിച്ചില്ല....
ചൂണ്ടുവിരലിൽ വട്ടം ചുഴറ്റി വലിച്ചെറിഞ്ഞില്ല.....

അഥർവ്വവേദാധിപനെന്നു മൊഴിയാൻ
നമുക്കിടയിൽ
പ്രവാചകന്മാരെ
സൂര്യനഭിമുഖമായ് കുരിശേറ്റിയില്ല....
പഴങ്കഞ്ഞികുടിച്ചതിന്
ഭഗവദ്ഗീത കെണിവെച്ച്
യോഗസൂത്രത്തിൽ കുടുക്കി....
ചേർമണമുള്ളതിനാൽ
മ്ലേച്ഛനെന്നഭിമാനിച്ചു....
ഒരു വിളിപ്പാടകലെ
പഞ്ചഭൂതങ്ങൾ സാക്ഷി
മൃത്യു
അറച്ചുനിന്നു

കവിത വീണ്ടും മണ്ണടരുകളിലേക്ക്

സി ആർ രാജഗോപാലൻ

കവിത വീണ്ടും മണ്ണടരുകളിലേക്ക് മടങ്ങുകയാണ്. ഭൂമി ശില്പ ജീവിതത്തിന്റെ ഭാഗമാണ് കവിതയിൽ. സെൻ ബുദ്ധിസത്തിന്റെ തത്ത്വ ശാസ്ത്രപ്രകാരം ഭൂമിയിലെ ഓരോ നിർമ്മിതിയും ശില്പമാണ്, ശില്പ പൂർണ്ണതയാണ്. ഈ സമഗ്രനിർമ്മിതിക്കു മുന്നിൽ ധ്യാനത്തിന് ഇരി ക്കാനായി വാക്കുകൾക്ക് കഴിയും. ഒരു ഉറുമ്പിൻ കൂട് മായൻ ശില്പ താഴ്‌വരകൾപോലെ മനോഹരമാണ്. പ്രകൃതി നെയ്തുവച്ച അതിസുന്ദ രമായ ഇടങ്ങളാണ് ഓരോ ഭൂമിശാസ്ത്ര താഴ്‌വരകളും. ബൊവ്വാസ് (Francz Uri Boas) എന്ന നരവംശശാസ്ത്രജ്ഞൻ പറയുന്നതുപോലെ ഭൂമിശാസ്ത്രം ഒരു വൈജ്ഞാനിക ശാഖമാത്രമല്ല, അത് ലോക വീക്ഷ ണമാണ്. ഈ പ്രാചീന മുദ്രകൾ വാക്കുകളിൽ പുനർനിർമ്മിക്കാനും ചലന പൂർണ്ണമാക്കാനുമുള്ള ശ്രമങ്ങളാണ് ജയനന്റെ കവിതകളിൽ ശ്രവി ക്കുന്നത്. *വയൽജീവി* എന്ന ഈ സമാഹാരത്തിലെ ഓരോ കവിതയും വിശുദ്ധ പ്രകൃതിക്കായി സമർപ്പിക്കപ്പെട്ട മുദ്രകളാണ്. 'ജലം' എന്ന കവിത-

"ലാവോത്സു ഉറങ്ങാൻ പോകുന്നു.....
ജലം
ജനപഥത്തെ ഉണർത്തുമോ......?"

ഉറക്കം, ഉണർവ്വ് എന്നീ ക്രീയകളിലൂടെ ഈ ജനപഥം തന്നെ അനു ഭവവേദ്യമാകുന്ന ആ ചോദന ഏത്? അത് ജലമല്ലാതെ മറ്റൊന്നുമല്ല.

നാട്ടുപദങ്ങളിലൂടെയും ഗ്രാമീണ പരിസ്ഥിതി ഓർമ്മകളിലൂടെയും കോറിവലിച്ച വാക്കായ്മയാണ് ഈ കവിതകളുടെ പ്രതിദ്ധ്വനികൾ.

"പുല്ലും പുഴുവും
ധാന്യമണികളും
കൊത്തിവിഴുങ്ങി
ചിറകുവിരിച്ചുനടപ്പുണ്ട്;
മീനച്ചൂടാറിയ പടനിലങ്ങളിൽ
തെയ്യക്കോപ്പുകൾ....അണിയലങ്ങൾ......
വെച്ചൊരുക്കും പുരയിടങ്ങളിൽ....
ആൾമറയില്ലാക്കിണറിന്റെയോരത്ത്....
വെയിൽ വഴുക്കും
പാളിമേഘത്തണലോരത്ത്...."

നാട്ടായ്മക്കാലത്തിന്റെ രുചിയും പാകവും മുദ്രപ്പെടുത്താൻ വാക്കു തേടിപ്പോകുകയാണ് ഇവിടെ കവി. 'വയൽ വരമ്പിൽ കൊച്ചുരാമൻ' എന്ന കവിത ഇതിനുദാഹരണമാണ്. ഇവിടെ വായ്മൊഴി കരുത്താണ് അതിന്റെ ബിംബങ്ങളാണ് ചേറിയെടുക്കുന്നത്. ആഴക്കിണറ്റിലെ ഉറവ യെന്നതുപോലെ വാക്കിന്റെ കരുക്കൾ, നാളത്തെ വിത്തുകൾ സൂക്ഷി ച്ചുവയ്ക്കുകയാണ് ഈ കവിതയിലൂടെ. മനുഷ്യകേന്ദ്രീകൃതമായ വരണ്ട പശ്ചാത്തലത്തിൽനിന്നും കവിത വയൽ ജീവിതകേന്ദ്രീകൃതമായ തത്ത്വ ശാസ്ത്രത്തിലേക്ക് മാറുന്നു. ഔപചാരികതയുടെ മേല്ക്കോയ്മയില്ലാതെ കവിതയുടെ ഉണ്ണി പിറക്കുന്നു. കവിതയുടെ അംഗീകൃത നിയമങ്ങൾ ലംഘിച്ചുകൊണ്ട് വാക്ക് ഒരു പരിസ്ഥിതി സമരവും പരിവർത്തനാത്മക മായ ജീവിത ചിത്രവുമാകുന്നു. ഈ സമാഹാരത്തിലെ ചില കവിത കൾ ചരിത്രത്തെ കവിതയാക്കി മാറ്റിയവയാണ്. ചില കവിതകൾ കാഴ്ചയെ പുനഃസൃഷ്ടിക്കുന്നവയാണ്. ചിലത് സമകാലിക ജീവിത ത്തിന്റെ ഗ്രാഫിറ്റികളാണ്. ഏകമാനമായ ദൃശ്യബിംബങ്ങളിൽനിന്നും കുതറിച്ചാടലാണ്. താൻ ജനിച്ചു വളർന്ന ദേശങ്ങളുടെ ഭാഷയും അട യാളങ്ങളും ജനപഥപരമായി നോക്കിക്കാണുന്ന ഭാവനയാണ് ഇവിടെ പ്രവർത്തിക്കുന്നത്. ആ ഭാവന ഒരു പുതിയ നിലപാടാണ്. കാഴ്ചയാണ്, സമരമാണ്, മുദ്രയാണ്.

9 789386 637932

Printed by Libri Plureos GmbH in Hamburg,
Germany